பல்லுயிர் போற்றுவோம்!

இயற்கையைப் பேசும் கட்டுரைகள்

முனைவர் **ச.சாண்டில்யன்**

டிஸ்கவரி பப்ளிகேஷன்ஸ்
எண்: 9, பிளாட் எண்: 1080A, ரோஹிணி பிளாட்ஸ்
முனுசாமி சாலை, கே.கே.நகர் மேற்கு,
சென்னை - 600 078. பேச: 99404 46650

வெளியீட்டு எண்: 0362

பல்லுயிர் போற்றுவோம்! (கட்டுரை)
ஆசிரியர்: *முனைவர் ச.சாண்டில்யன்*©
Palluyir potruvom (Essay)
Author: Dr. S.Sandilyan ©

அட்டையில்: ஆள்காட்டி குருவி
Red-wattled lapwing *(Vanellus indicus)*
புகைப்படம்: முனைவர் எம்.பூபேஷ் குப்தா

Print in India
1st Edition: Sept - 2024, 2nd Feb 2026
ISBN: 978-81-19541-86-7
Pages 176

Publisher • *Sales Rights*

Discovery Publications	**Discovery Book Palace (P) Ltd**
No. 9, Plot,1080A, Rohini Flats, Munusamy Salai, K.K.Nagar West, Chennai - 78. Tamilnadu, India. Mobile: +91 99404 46650	No. 1055B, Munusamy Salai, K.K.Nagar West, Chennai - 600 078. Mobile: +91 87545 07070

discoverybookpalace@gmail.com / www.discoverybookpalace.com

இந்த நூலில் பிரசுரமாகியுள்ள எந்த ஒரு பகுதியையும் எழுத்துபூர்வமான முன்அனுமதி பெறாமல் எடுத்தாள்வதோ, மறுபிரசுரம் செய்வதோ, மொழியாக்கம் செய்வதோ, ஊடகங்களில் மறுபதிப்பு செய்வதோ, காப்புரிமைச் சட்டப்படி தடை செய்யப்பட்டுள்ளது. இந்த நூலிலிருந்து சில பகுதிகளை மேற்கோள்காட்டி நூல்அறிமுகம் செய்யலாம்.

சமர்ப்பணம்

தனக்கென வாழாமல்
எனக்கென வாழும்
என் தாயார்
ச.சுசீலா
அவர்களுக்கு...

"We don't inherit the Earth from our Ancestors,
we borrow it from our Children!"

- A Native American proverb

"நமது முன்னோர்களிடம் இருந்து மரபு வழி உரிமையாக
இந்தப் பூமியை நாம் பெறவில்லை,
நாம் இதை நமது குழந்தைகளிடமிருந்து
கடனாகப் பெற்றிருக்கிறோம்!"

- பூர்வ குடி அமெரிக்கர்களின் முதுமொழி

அணிந்துரை

சூழலியல் சார்ந்த நூல்கள் தமிழில் அரிதாகவே வெளியாகின்றன. இந்தத் தளத்தில் ஆழ்ந்த பரிச்சயம் உள்ளவர்கள் யாரும் தமிழில் எழுதுவதில்லை. சாண்டில்யன் எழுதியிருக்கும் இந்தக் கட்டுரைத் தொகுப்பை இந்தப் பின்புலத்தில்தான் நான் வரவேற்கின்றேன். பல ஆண்டுகள் இந்தத் துறையில் ஈடுபாட்டுடன் பணியாற்றியதன் அடிப்படையில் இந்த நூல் எழுதப்பட்டுள்ளது. பத்தொன்பது கட்டுரைகளும் 'பல்லுயிரியம்' என்ற பொருளின் வெவ்வேறு அம்சத்தைப் பற்றிக் கூறுகின்றன.

பல்லுயிரியம் எனும் கருதுகோள்தான் நூலின் குவிமையம் என்றாலும் அதன் வெவ்வேறு பரிமாணங்களையும் ஆசிரியர் தொட்டுச்செல்கின்றார். இயற்கையின் பல்வேறு அம்சங்களின் பிணைப்பை நாம் இப்போதுதான் உணர ஆரம்பித்திருக்கின்றோம். அறிவியலாளர் ஜேம்ஸ் லவ்லாக் (James Lovelock) கூறிய 'கையா' (Gaia) கருத்தாக்கம் இதைத்தான் விளக்குகின்றது. பூமியிலுள்ள எல்லா ஜீவராசிகளும் ஒன்றை ஒன்று சார்ந்து ஒரே உயிரிபோல இயங்குகின்றது என்பது இந்தக் கருத்தாக்கத்தின் சாரம். கிரேக்கத் தொன்மத்தில் 'கையா' ஒரு பெண் தெய்வம், இந்தியப் புராணத்தில் பூமாதேவி போல்.

இன்றைய சுற்றுச்சூழல் பிரச்னைகளைப் பற்றிய ஓர் அருமையான அறிமுகத்தை இந்த நூல் தருவதோடு, பருவநிலை மாற்றம் பற்றியும் பேசுகின்றது. இந்தப் பொருளைப் பற்றி தமிழில் எழுதுவார் வெகு குறைவு. பருவநிலை மாற்றம் ஏற்பட்டு வருவது உண்மை. அதற்கான அறிகுறிகள் இப்போதே தெரிகின்றன. இந்தப் பொருள் குறித்து முந்தைய அமெரிக்க துணை ஜனாதிபதி அல் கோர்,

'The Inconvenient Truth' என்ற தலைப்பில் ஓர் ஆவணப்படம் எடுத்துள்ளார். அதில், மிகவும் எளிமையாக, 'பருவநிலை மாற்றம் எப்படி நிகழ்கிறது?' என்பது குறித்த வாதங்களை நம்முன் வைப்பார். 'அணுகுண்டு யுத்தத்தைவிட மிகவும் ஆபத்தானது இது!' என்று அவர் கூறுவதை உண்மை என நான் நம்புகிறேன். அம்மாதிரியான எளிமையுடனும், தகுந்த ஆதாரங்களுடனும் சாண்டில்யன் இந்த நூலை எழுதியுள்ளார்.

பருவநிலை மாற்றம் இல்லையென கூறுவோர் அறிவியல் பூர்வமான விவாதங்கள் எதையும் ஏற்றுக்கொள்ளாமலும், அவற்றை எதிர்கொள்ளாமலும் பேசுகின்றார்கள். வளர்ச்சியடைந்த நாடுகள் பிற நாடுகளைப் பொருளாதார ரீதியில் தங்களது கட்டுப்பாட்டில் வைக்கவே சுற்றுச்சூழல் என்ற இயக்கத்தைக் கொண்டுவந்ததாகக் கூறுவோரும் இருக்கின்றனர். இந்த வாதத்தை நான் ஏற்கவில்லை.

அறிவியல் தமிழை ஆசிரியர் அருமையாகப் பயன்படுத்தி இருக்கின்றார். பருவநிலை மாற்றம் போன்ற கருதுகோள்களைப் பற்றி, ஒரு சொல்லாடல் உருவாக வேண்டுமானால் அதற்கு மொழி தயார்ப்படுத்தப்பட வேண்டும். ஐம்பதுகளில் இயங்கிய பெ.நா.அப்புசாமியின் எழுத்துகள் போல் இதில் அறிவியல் தமிழ் மிகவும் எளிமையாகத் தரப்படுகின்றது. நுண்ணுயிரிகள், தாவரங்கள், பறவைகள், பூச்சிகள், பாலூட்டிகள் என சகல ஜீவராசிகளைப் பற்றியும் எழுதுகின்றார். எனவேதான், 'பல்லுயிர் போற்றுவோம்!' போன்ற நூல்களின் வரவு வரவேற்கத்தக்க ஒன்றாகின்றது.

தமிழ் பசுமை இலக்கியத்தில் இதன் தோற்றம் முக்கியமானது.

— தியடோர் பாஸ்கரன்

ஜனவரி - 2024,
பெங்களூரு.

முன்னுரை

இன்னும் 50 வருடங்களுக்குப் பிறகு வரக்கூடிய நம்முடைய சந்ததிகள் மிகப்பெரிய போர் ஒன்றைச் சந்திக்க இருக்கிறார்கள். அந்தப் போர்க்களத்தில், அவர்களுக்குப் பக்கபலமாக ஆகச்சிறந்த தொழில்நுட்ப அறிவும், அனைத்தையும் அழிக்கும் திறன் வாய்ந்த ஆயுதங்களும், அதிவேகப் போக்குவரத்து வசதிகளும், மிகப்பெரிய பொருளாதார வல்லமையும் இருக்கும். இவை அனைத்தும் இருந்த போதிலும் இறுதியில் அவர்கள் தோல்வியையே தழுவுவார்கள். காரணம், நம்முடைய சந்ததிகளுக்கு எதிராகப் போர்க்கோலம் பூண்டு நிற்கப்போவது காலநிலை மாற்றமும், எஞ்சி இருக்கும் பல்லுயிர் பன்மையுமே ஆகும். அதிலும் குறிப்பாக நுண்ணுயிரிகள்!

எட்டாவது குழந்தையின் வரவுக்காகக் காத்திருக்கும் கம்சனைப் போல் இயற்கை நம்முடைய வருங்கால சந்ததிக்காகக் கையில் பேரழிவு ஆயுதத்துடன் காத்திருக்கிறது. பிறக்க இருக்கும் குழந்தை களுக்கு எதிரான போர்ப் பயிற்சியினைப் பல நூறு வருடங்களுக்கு முன்பிருந்தே இயற்கை மேற்கொள்ள ஆரம்பித்துவிட்டது. இயற்கை இவ்வளவு உக்கிரமான போருக்குத் தயாராவதற்கு அடித்தளம் அமைத்துக் கொடுத்ததே நாமும், நம்முடைய மூதாதையர்களுமே! ஆம், இயற்கை பற்றிய புரிதல் இல்லாமல் நாம் ஏற்படுத்திய சேதாரங்களுக்கான பலன்களை நம்முடைய சந்ததிகள் அனுபவிக்க இருக்கிறார்கள்.

பல தலைமுறைகளாக இயற்கை வளங்களையும், சூழ்நிலை மண்டலங்களையும், பல்லுயிர் பன்மையையும் சிதைத்ததன் விளைவாக, பருவகால சுழற்சியில் பெரும் மாற்றத்தினையும், அதிதீவிர வானிலை நிகழ்வுகளையும் இப்போது கண்கூடாகப் பார்க்கின்றோம். இந்தக் காலநிலை மாற்றத்தின் காரணமாக,

பல்வேறான புதிய நுண்ணுயிரிகள்/தொற்றுநோய்க் கிருமிகள் பல்வேறு வகையான வாழிடங்களிலிருந்து பெரும் எண்ணிக்கையில் தொடர்ந்து களமிறங்கும் என்று ஆய்வு முடிவுகள் எச்சரிக்கின்றன.

காலநிலை மாற்றத்தின் காரணமாக 45,000 ஆண்டுகளுக்கு முன்பு உறைபனியில் இருந்த வைரஸ் *(Pithovirus sibericum)* இன்று உயிர் பெற்று வந்திருக்கும் செய்தியினை நாம் சிறிது காலத்துக்கு முன்பு நாளிதழ்களில் படித்திருக்கிறோம். 2016ஆம் ஆண்டு, சைபீரியாவில் உள்ள ஒரு கிராமத்தில் பனி உருகியதன் காரணமாக, 75 ஆண்டுகளுக்கு முன்பு உயிரிழந்த மான் ஒன்றின் சடலத்திலிருந்து ஆந்த்ராக்ஸ் நோய் பரப்பும் பாக்டீரியா *(Bacillus anthracis)* மீண்டெழுந்தது. அதன் தொடர்ச்சியாக, 2500 கலைமான்கள் அந்தப் பகுதியில் உயிரிழந்தன. இவை அனைத்துக்கும் மேலாக ஆர்க்டிக் பகுதியில் உருகும் பனியில் இருந்து கிட்டத்தட்ட 4 செக்ஸ்டிலியன் sextillion (4,000,000,000,000,000,000,000) நுண்ணுயிரிகள் ஒவ்வொரு வருடமும் வெளியேறுவதற்கான சாத்தியக்கூறுகள் உள்ளதாக ஆய்வாளர்கள் குறிப்பிடுகிறார்கள். இவற்றுள் 0.1% நோய் பரப்பும் தன்மையுடன் இருந்தாலே போதுமானது, இந்த உலகத்தில் உள்ள மனிதர்கள் அனைவரும் மரணிக்க!

நீங்கள் ஆத்திகர் என்றால் இதை 'கர்மா' என்று அழைக்கலாம்; நாத்திகர் என்றால் 'நியூட்டனின் மூன்றாம் விதி' எனக் கொள்ளலாம். 'ஒவ்வொரு வினைக்கும் சமமான எதிர்வினை உண்டு'. அந்த எதிர்வினையைத்தான் இன்று இயற்கை மெதுவாக ஆற்றத் தொடங்கி இருக்கின்றது. வரும் காலங்களில் இது வேகமும் வீரியமும் பெறும் என்பது உறுதி.

வரவிருக்கும் இந்த அழிவிலிருந்து நாம் நம்முடைய சந்ததிகளைக் காப்பதற்கான சாத்தியக்கூறுகள் நாளுக்கு நாள் குறைந்துகொண்டே வருகின்றன. ஆனால், முற்றிலுமாக அற்றுப் போய்விடவில்லை. நாம் செய்ய வேண்டியது என்ன என்பதைப் பற்றி இங்கு நான் நேரடியாக எதையும் குறிப்பிடவில்லை. அதேசமயம், நீங்கள் இந்தக் கட்டுரைகளைப் படிக்கும்போது உங்களுக்கே என்ன செய்ய வேண்டும் என்பது புரியும் என நம்புகிறேன்.

பல்லுயிர் பன்மையையும், சூழ்நிலை மண்டலங்களையும் காப்பாற்றுவதற்காக எடுக்கவேண்டிய நடவடிக்கைகளைப் பற்றி

இந்தத் தலைமுறைக்கும் அடுத்தத் தலைமுறைக்கும் விழிப்புணர்வு ஏற்படுத்துவதையே முக்கிய நோக்கமாகக் கொண்டு இந்தக் கட்டுரைகள் வடிவமைக்கப்பட்டிருக்கின்றன.

இங்கு தொகுக்கப்பட்டிருக்கும் கட்டுரைகளில், பல்லுயிர் பன்மையின் முக்கியத்துவம், அவை நமக்குத் தங்குதடையின்றி வழங்கிக்கொண்டிருக்கும் அடிப்படைத் தேவைகள், பொருளாதார மேம்பாடுகள் பற்றியும், பல்லுயிர் பன்மை சிதைக்கப்படும்போது ஏற்படும் எதிர்வினைகள் பற்றியும் பதிவுசெய்து இருக்கிறேன். மேலும், பல்லுயிர் பன்மை காரணமாக ஏற்படும் நோய்த் தொற்று பொருளாதாரப் பின்னடைவுகள் அனைத்தும் அவற்றின் பரிணாம வளர்ச்சி சார்ந்த விஷயம் மட்டுமே என்பதையும் தெளிவுபடுத்தி இருக்கிறேன். அதேநேரம், அத்தகைய இழப்புக்கான அடித்தளங்களை அமைத்துக் கொடுத்ததே நாம்தான் என்பதையும் பதிவுசெய்து இருக்கிறேன்.

மானுடத்தின் ஒவ்வொரு நொடி வாழ்க்கையிலும் மற்ற உயிரினங்களின் பங்களிப்பு உள்ளது. பல்லுயிர் பன்மை இல்லாவிடில் மனிதனால் வாழ இயலாது, அதே வேளையில் மனிதனைச் சார்ந்து எந்த உயிரினமும் பூமியில் வாழவில்லை.

சற்றே ஆழ்ந்து பார்த்தால் மாதா, பிதா, குரு, தெய்வம் என்ற வரிசையில் முதலில் இருக்க வேண்டியது பல்லுயிரிகளே! இவர்கள் நால்வரும் ஒரு மனிதனுக்குச் செய்யும் உதவிகள், கடமைகள், வழிகாட்டுதல்கள் அனைத்தையும், ஒருங்கே நமக்குப் பல்லுயிரிகளும் செய்கின்றன என்பதை நாம் மனதில் நிறுத்த வேண்டும். மனிதன் தோன்றிய நாள் முதல், அவன் மரணிக்கும் நாள் வரையில் அவனுக்கான அனைத்துத் தேவைகளையும், பூமியில் உள்ள அனைத்து உயிரினங்களும் ஏதாவது ஒரு விதத்தில் வழங்குகின்றன. எனவே, பல்லுயிரைக் காப்பாற்றி அவற்றைப் போற்றித் தொழுவது என்பது அனைத்து மனிதர்களின் தினசரிக் கடமைகளில் ஒன்றாகவே மாறவேண்டும்.

என்றும் இயற்கை நேயத்துடன்,
ச.சாண்டில்யன்
ssandilyan@gmail.com
9842482180

வடம் பிடித்தவர்கள்

இந்தக் கட்டுரைத் தொகுப்பில் எனக்குக் கடினமாக இருந்தது இப்பகுதி மட்டுமே! எங்கு இருந்து தொடங்குவது என்றே புரியவில்லை; யாரையும் விட்டுவிடக்கூடாது என்று மிகவும் சிரமத்துடன் நினைவு அடுக்குகளின் ஒவ்வொரு மூலைகளையும் தொழாவிக்கொண்டிருக்கின்றேன். அதையும் மீறி யாருடைய பெயராவது விடுபட்டு இருந்தால் அது என் நீர்த்துப்போன நினைவு அடுக்குகளின் தவறே ஆகும்.

என்னுடைய முதல் நன்றி, கொரோனா வைரஸுக்குத்தான் சொல்ல வேண்டும்! ஆம், 2019 காலகட்டத்தில்தான் நான் தமிழில் மெதுவாக டைப் செய்து முகநூலில் எனது கருத்துகளைப் பதிவுசெய்ய ஆரம்பித்து இருந்தேன். கவிதைகள் என்று நானே நினைத்துக்கொண்டு சில கிறுக்கல்களை அதில் பதிவுசெய்திருந்தேன். அதனை வெகுவாகப் பாராட்டிய நண்பர்களும் உறவினர்களுமே இந்தக் கட்டுரைத் தொகுப்புக்கான முதல் விதையைப் போட்டவர்கள்.

எனது பாலிய சிநேகிதன் மாதிரவேளூர் சரவணன்தான் முதலில் என்னை அழைத்து, ‘உனது தமிழ் நன்றாக இருக்கின்றது!’ என்று கூறியவன். அவனைத் தொடர்ந்து எனது உடன்பிறந்த சகோதரி குடவரசி அவர்களும், உடன்பிறவா சகோதரி உமா இராமலிங்கம் அவர்களும் எனது இளந்தமிழுக்குத் தண்ணீர்விட்டு வளர்த்தெடுத்தவர்கள்.

2006 காலம் தொட்டு இன்று வரை கிட்டத்தட்ட 70க்கும் மேற்பட்ட ஆங்கிலக் கட்டுரைகள் எழுதி ஆயிற்று. இருப்பினும், 2020 காலகட்டம் வரை தமிழில் கட்டுரைகள் எழுத எந்த முனைப்பையும் நான் காட்டவில்லை. இதற்கான முக்கிய காரணம், தமிழ் தட்டச்சு எனக்குத் தெரியாது என்பது மட்டுமே. மேலும், கொரோனா காலத்தில் அதிக நேரம் வீட்டில் இருந்த காரணத்தால் சிறிது சிறிதாகக் கைபேசியில் தமிழில் டைப் செய்து பழகிக்

கொண்டேன். இந்தக் காலகட்டத்தில்தான் தமிழ்ப்பேராசிரியர் முனைவர் கோ.சதீஸ் அவர்கள் சில தமிழ் மென்பொருள்களை எவ்வாறு கையாள்வது என்று எனக்குக் குறிப்புகள் கொடுத்து தமிழில் எளிதாகக் கட்டுரைகளை வடிக்கும் முறைகளை அறிமுகப்படுத்தினார். அவருக்கு எனது மனமார்ந்த நன்றியினைத் தெரிவித்துக்கொள்கின்றேன்.

இந்தக் கட்டுரைத் தொகுப்புக்கான சில முக்கிய ஆராய்ச்சித் தரவுகளை எனக்கு வழங்கிய நண்பர், புதுக்கோட்டை பண்பலை இயக்குநர் முனைவர் ச.விஜிக்குமார் அவர்களுக்கும், எனது கல்லூரி நண்பர் ச.சிவக்குமார் அவர்களுக்கும், எனது உடன்பிறவா சகோதரர் முனைவர் S.M.வைரவேல் அவர்களுக்கும் எனது நன்றிகள். மேலும், எனக்கான சில தரவுகளை மனமுவந்து தேடிய, நான் முகம் பார்த்தறியாத சத்தியமங்கலத்தைச் சேர்ந்த சகோதரி செல்வமணி அவர்களுக்கும் நன்றி.

புகைப்படங்கள் கொடுத்து உதவிய அன்பு மாணவர்கள் முனைவர் எம்.பூபேஷ்குப்தா, யுனிவர்சல் ஈகோபவுண்டேஷன், ப.சோனைராஜ், கோவிந்தராஜ் மற்றும் நண்பர்கள் முனைவர் T.T.அஜித்குமார் (NBFGR), முனைவர் சீனிவாசன், முனைவர் ச.சிவசுப்பிரமணியன், கொங்குநாடு கலை அறிவியல் கல்லூரி கோயம்புத்தூர், முனைவர் ச.முத்துக்குமார் மற்றும் கோபாலகிருஷ்ணன், S4 Carlisle Publishing அவர்களுக்கும் எனது நன்றிகள். சில புகைப்படங்களை மெருகேற்ற உதவிய ஸ்ரீரங்கம் வேதா ஸ்டுடியோவின் உரிமையாளர் நண்பர் பாபு அவர்களுக்கும் எனது நன்றிகள்.

கட்டுரையின் தரத்தையும் அதன் தன்மையையும் பற்றி சமரசம் செய்துகொள்ளாமல் விமர்சனம் வழங்கிய எனது நண்பர்கள் சிவக்குமார், சீனிவாசராகவன், மேல்நிலைப் பள்ளி தோழன் வேலவராஜ், தமிழ்ப்பேராசிரியர் கோ.சதீஸ், நண்பர் தி.முத்துக்கணியன், நேர்முக உதவியாளர் (இடைநிலை), முதன்மைக் கல்வி அலுவலகம், மயிலாடுதுறை மற்றும் அண்ணன் வைரவேல் அவர்களுக்கும் எனது நன்றிகள். அருமையான அணிந்துரை வழங்கிய தியடோர் பாஸ்கரன் அவர்களுக்கும் என் மனமார்ந்த நன்றிகள்.

இந்தக் கட்டுரைத் தொகுப்பு வெளிவர பல விதங்களிலும் உதவி புரிந்த எனது குடும்பத்தார் அனைவருக்கும் எனது நன்றிகள்.

— ச.சாண்டில்யன்

பல்லுயிர் போற்றுவோம்!

1.	பூமி எனும் உயிர்க்கோளம்!	14
2.	பல்லுயிர் பன்மையின் முக்கியத்துவம்	21
3.	நுண்ணுயிரிகள்	28
4.	தாவரங்கள்	34
5.	விலங்கினங்கள்: பகுதி 1 - மீன்கள்	43
6.	விலங்கினங்கள்: பகுதி 2 - இருவாழ்விகள், ஊர்வன, பறவைகள்	48
7.	விலங்கினங்கள்: பகுதி 3 - பாலூட்டிகள்	54
8.	தீங்கிழைக்கும் பல்லுயிர்கள்	61
9.	பல்லுயிர் பாதுகாப்பு அவசியம்தானா?	67
10.	சூழலியலில் பறவைகளின் முக்கியத்துவம்	77
11.	பூச்சி சூழ் உலகு	86
12.	பல்லுயிர் பன்மையைச் சிதைக்கும் ஒளிமாசு!	96
13.	ஆக்கிரமிப்பு உயிரினம் எனும் வல்லசுரன்: பகுதி 1	105
14.	ஆக்கிரமிப்பு உயிரினம் எனும் வல்லசுரன்: பகுதி 2	111
15.	ஆக்கிரமிப்பு உயிரினங்களும், நோய்த்தொற்றும்!	119
16.	புவி வெப்ப உயர்வும், பருவநிலை மாற்றமும்!	125
17.	பருவநிலை மாற்றமும், மானுடத்தின் எதிர்காலமும்!	135
18.	பருவநிலை மாற்றமும், பல்லுயிர்ச் சிதைவும்!	145
19.	இயல் மரங்களை வளர்ப்போம்!	156

பூமி எனும் உயிர்க்கோளம்!

நாம் வாழும் பூமி என்ற இந்தக் கோள், சூரியக்குடும்பத்தில் இருக்கும் எட்டுப் பெரிய கோள்களில் ஒன்று. இவற்றுடன் ஒரு சிறிய கோளும் (புளூட்டோ), பெரிய கோள்களின் 299 துணைக்கோள்களும், லட்சக்கணக்கான விண்கற்களும்/எரிகற்களும், 3900 வால் நட்சத்திரங்களும் அடங்கிய தொகுப்பே சூரியக்குடும்பம் என்று அறியப்படுகின்றது. ஐந்நூறு கோடி ஆண்டுகள் பழமையான சூரியன் என்ற நட்சத்திரத்தை மையமாகக் கொண்ட நமது சூரியக்குடும்பம், பிரபஞ்சத்தில் இருக்கும் இடம் பால்வீதி மண்டலம் (Milky Way galaxy) என்று அழைக்கப்படுகிறது.

சூரியனும் பூமியும் தோன்றுவதற்கு 1500 கோடி ஆண்டுகளுக்கு முன்பு நடந்த பெரும் வெடிப்பில் (Big Bang) தோன்றியதுதான் நாம் இன்று Universe என்றழைக்கும் இந்தப் பிரபஞ்சம். வானியல் ஆய்வாளர்களின் கூற்றின்படி இந்தப் பிரபஞ்சம், தோன்றிய நொடி முதல் கடந்த நொடி வரை, வினாடிக்கு வினாடி பரந்து, விரிந்து, வளர்ந்து வருகிறது. இந்தப் பிரபஞ்சத்தில் பத்தாயிரம் கோடிக்கு அதிகமான நட்சத்திரத் தொகுதிகள்/கேலக்ஸிகள் (Galaxies) உள்ளன. அவற்றுள் ஒன்றுதான் பால்வீதி கேலக்ஸி. அந்தப் பால்வீதி மண்டலத்தில் உள்ள நட்சத்திரக் கூட்டங்களில் ஒரு சிறிய தொகுதி தான் நமது சூரியக்குடும்பம். ஒப்பீட்டுக்காகக் கூற வேண்டுமெனில் கடற்கரையில் இருக்கின்ற மணல்வெளியில் ஒரு மணல் துகள் எந்த அளவுக்குச் சிறியதாக இருக்குமோ அந்த அளவுக்கு இந்தப் பிரபஞ்சத்தில் இருக்கும் நட்சத்திர மண்டலங்களோடு ஒப்பிட்டால் சூரிய மண்டலம் சிறிதாக இருக்கிறது. அந்தச் சிறிய துகளிலும் துகள்தான் நாம் வசிக்கும் பூமி!

பால்வீதி மண்டலமும் அதில் ஒரு சிறிய பகுதியான சூரியக்குடும்பம் இருக்கும் பகுதி
(Photo credit: NASA/JPL-Caltech; NASA/JPL-Caltech/T. Pyle)

நாசாவின் மார்ஸ் ஒடிஸி விண்கலம் பூமியை 30 லட்சம் மைல்களுக்கு அப்பாலிருந்து எடுத்த புகைப்படம். (Photo credit: NASA/JPL/Arizona State University.)

முனைவர் ச.சாண்டில்யன் | 15

தற்போது நம்மிடையே இருக்கும் அறிவியல் தொழில்நுட்பங்கள் துணையுடன் நாம் ஆராய்ந்ததில், இவ்வளவு பெரிய பிரபஞ்சத்தில் வேறு எந்த கேலக்ஸி பகுதியிலும் உயிரினங்கள் வாழ்வதற்கான ஆதாரங்கள் நம்மிடையே இதுவரை இல்லை. அப்படியே ஏதேனும் இருந்தாலும் அதிகாரபூர்வமாக அதனைப் பற்றி எந்த நாடும் இதுவரை அறிவிக்கவில்லை. எனவே, நீங்கள் இதைப் படித்துக் கொண்டிருக்கும் இந்த நொடி வரை நம்மிடையே இருக்கும் ஒரே உயிர்க்கோளம் என்பது பூமி மட்டும்தான். ஆகவே, இந்த பூமியில் எந்த உயிரினமும் வாழ முடியாத அளவுக்குச் சூழ்நிலை மண்டலங்களும், பல்லுயிர் பன்மையும் சிதைவடைய நேரிட்டால் மனித இனமும் உடன் அழிய நேரிடும். இதனைக் கருத்தில் கொண்டுதான் கடந்த 50 ஆண்டுகளில் பல ஆயிரம் கோடிகள் செலவுசெய்து, வளர்ந்த நாடுகள் மற்ற கோள்களில் உயிரினங்கள் வாழ்கின்றனவா அல்லது மனிதர்கள் வாழும் சாத்தியக் கூறுகள் உள்ள கோள்கள் ஏதாவது பிரபஞ்சத்தில் இருக்கின்றனவா என்று தங்களது தேடுதல் வேட்டையைத் தீவிரப்படுத்தியுள்ளார்கள். வளர்ந்து வரும் தொழில்நுட்பங்களைக் கணக்கில் கொண்டு பார்த்தோமேயானால் வரும் காலங்களில் அவ்வாறான கோள்களைக் கண்டுபிடிக்கும் சாத்தியக்கூறுகள் அறவே இல்லை என்று கூற இயலாது.

அதே வேளையில், அப்படி ஏதேனும் ஒரு கோளில் உயிரினங்கள் வாழ்கின்றன அல்லது அந்தக் கோள் மனிதர்கள் வாழத் தகுதி உடையதாக இருக்கின்றது என்று நாம் கண்டுணர்ந்தாலும் அந்தக் கோளில் மனிதர்களைக் குடியமர்த்துவது என்பது எளிதாகச் சாத்தியப்படக்கூடிய விஷயம் அன்று. இதைச் சாத்தியமற்றதாகப் பார்ப்பதற்குப் பல காரணங்களைக் கூறலாம் அவற்றுள் சிலவற்றை மட்டும் இங்கே பட்டியலிடுகின்றேன்.

தற்போது பூமியில் இருக்கும் எண்ணூறு கோடிக்கும் மேற்பட்ட மனிதர்களைப் புதிய கோள்களில் குடி அமர்த்துவது என்பது ஒரு நடைமுறை சாத்தியமற்ற விஷயம். முதலில் எந்த வளர்ந்த நாடு அந்தக் கோளைக் கண்டுபிடிக்கின்றதோ அது தன் நாட்டு மக்களுக்கு மட்டுமே அங்கு செல்ல முன்னுரிமை கொடுக்கும். மேலும், மற்ற நாட்டவரை அழைத்துச் செல்ல எந்தவிதக் கட்டாயமும் இல்லை.

கூடுதலாக உலகளவில் இது சம்பந்தமான எந்தப் புரிந்துணர்வு ஒப்பந்தமும் இதுவரை போடப்படவில்லை. மேலும், அவர்களை நாம் எந்த வகையிலும் நிர்பந்திக்கவும் முடியாது. எனவே, மக்கள்தொகையின் பெரும் பகுதியினர் பூமியிலேயே தங்க நேரிடும் என்பதுதான் எதார்த்தம்.

உயிர்கள் வாழத் தகுதியுள்ள வேறு ஒரு கோள் இருக்கின்றது என்று கொண்டால் அங்கு செல்லும் மனிதர்களுக்கான உணவுத் தேவை, பிராணவாயு மற்றும் நாம் பயிரிடும் தாவரங்களை மகரந்தச்சேர்க்கை மூலம் கருவுறச் செய்யும் பூச்சி இனங்கள், விதைகளைப் பரவச் செய்யும் பறவையினங்கள் போன்ற அடிப்படைத் தேவைகளைப் பூர்த்தி செய்யும் உயிரினங்கள் அனைத்தையும் வேறொரு கிரகத்துக்குக் கொண்டு செல்வதில் பல நடைமுறைச் சிக்கல்கள் உள்ளன. உதாரணமாக, நாம் பூமியிலிருந்து புதிய கிரகத்தில் அறிமுகப்படுத்தும் உயிரினங்கள் அனைத்தும் அங்கே செழித்தோங்கி வளரும் என்று திடமாகக் கூற இயலாது.

இதற்கு வலு சேர்க்கும் விதமாக ஒரு சமீப உதாரணத்தைக் கூறுகிறேன். 2022ஆம் ஆண்டு, தென்னாப்பிரிக்கா மற்றும் நமீபியாவிலிருந்து இந்தியாவின் மத்தியப்பிரதேசத்தில் இருக்கும் குனோ தேசியப்பூங்காவில் அறிமுகப்படுத்தப்பட்ட 20 சிவிங்கிப்புலிகளில் 10க்கும் மேற்பட்டவை பல காரணங்களால் உயிரிழந்ததை நாம் அறிந்திருக்கலாம். பூமியின் ஒரு கண்டத்தில் இருந்து அதே மாதிரியான தட்பவெப்பநிலை, உணவு வகைகள் மற்றும் வாழிடங்கள் கொண்ட மற்றொரு கண்டத்துக்கு அறிமுகப்படுத்தப்பட்ட உயிரினங்களே பல நேரங்களில் தழைத்தோங்க முடியாமல் மடிந்துவிடுகின்றன. எனவே, வேறு கிரகங்களில் ஓர் உயிரினத்தை அறிமுகப்படுத்தும்போது அனைத்து இனங்களும் பல்கிப் பெருகும் என்று அறுதி இட்டுக் கூறிவிட முடியாது. தாவர இனங்கள் செழித்து, விலங்கினங்களால் வெற்றி பெற முடியவில்லை என்றாலும் அல்லது விலங்கினங்கள் செழித்து, தாவர இனங்கள் மடிந்தாலும் அந்தத் திட்டம் பெரும் தோல்வியில் முடியும். முதல் முயற்சியிலேயே இவை அனைத்தும் வெற்றி அடைந்து விடும் என்று நினைப்பது முதிர்ச்சியற்ற சிந்தனையாகும்.

எனவே பூமியில் இருக்கும் மனிதர்கள் வாழ வேறு ஒரு கிரகத்தைத் தயார்படுத்துவது என்பது எளிதான ஒரு விடயம் அல்ல.

மேலும், அந்தப் புதிய கோளுக்குச் செல்வதற்கான வாகன வடிவமைப்பு என்பது மிகவும் சிக்கலான ஒன்று. பல கோடி மக்களை ஒரு கிரகத்திலிருந்து பல ஒளி ஆண்டுகளுக்கு அப்பால் உள்ள இன்னொரு கிரகத்துக்குக் குடி அமர்த்துவதற்கு எத்தனைத் தடவை அந்த வாகனத்தை இயக்க இயலும்? எத்தனைத் தடவை அந்த வாகனத்தால் பயணிக்க இயலும்? அல்லது எத்தனை வாகனங்களை நாம் அது மாதிரி தயாரிக்க இயலும்? அவற்றுக்கான செலவு என்பது கை மீறிய ஒரு விஷயமாகும். இந்த விஷயத்தில் இன்னும் தெளிவு பெற ஒளி ஆண்டு பற்றி நாம் தெரிந்துகொள்வது மிக அவசியம்.

ஒளியானது ஒரு வினாடிக்குத் தோராயமாக 3,00,000 கிலோமீட்டர் பயணிக்கும். ஓர் ஆண்டு என்பது 3,15,36,000 நொடிகளைக் கொண்டது. ஆக, ஓர் ஒளி ஆண்டு என்பது 3,00,000 × 3,15,36,000 பெருக்கினால் வரக்கூடிய விடை. அதாவது ஓர் ஒளியாண்டு தூரம் என்பது சற்றேறக்குறைய 19.40 லட்சம் கோடி கிலோமீட்டர்! பூமிக்கு மிக அருகில் உள்ள நட்சத்திரத் தொகுப்பான புரோக்சிமா பி (Proxima B) நமக்கு 4.25 ஒளி ஆண்டுகள் தூரத்தில் உள்ளது. பால்வீதி நட்சத்திரத் தொகுப்பை விட்டு நாம் வெளியேற ஒரு லட்சம் ஒளி ஆண்டுகள் தேவைப்படும். அதாவது, ஒளியின் வேகத்தில் நாம் பயணித்தால் பால்வீதியின் மையப் பகுதியை அடைவதற்கே 30 ஆயிரம் ஆண்டுகள் ஆகும்! ஒளி ஆண்டு பற்றிய மேலும் விவரங்களுக்கு நாசாவின் இந்தத் தளத்தில் பார்க்கவும் (https://exoplanets.nasa.gov/faq/26/what-is-a-light-year/).

இவை அனைத்துக்கும் மேலாக ஐன்ஸ்டீனின் சார்பியல் கோட்பாட்டின்படி மனிதர்களாகிய நாம் ஒருபோதும் ஒளியின் வேகத்தில் பயணிக்க இயலாது. எனவே, குறைவான வேகத்தில் பயணிக்கும் ஒரு வாகனத்தில் அதிக தூரத்தை நாம் கடக்க வேண்டும். இதற்குப் பல ஆயிரம் ஆண்டுகள் ஆகும் என்ற எதார்த்தத்தை நாம் அனைவரும் உணர்ந்துகொள்ள வேண்டும்.

நம்மிடையே தற்போது இருக்கும் தரவுகளை ஆராய்ந்து பார்த்தோமேயானால், இன்னும் ஆயிரம் ஆண்டுகளுக்குப் பிறகும்கூட மனித இனம் வேறு கிரகத்தில் குடியேறுவது என்பதை நாம் சாத்தியம் அற்றதாகவே உறுதியாகக் கருதலாம். அதாவது, நாம் வேறு எங்கும் ஓடவும் முடியாது, ஒளியவும் முடியாது. ஆயிரம் ஆண்டுகளுக்குப் பிறகு இதில் வெற்றி அடைவோம்/ அடைய வேண்டும் என்றால் மனித இனம் அதுவரையில் உயிரோடு இருக்க வேண்டும். ஆனால், எதார்த்தத்தில் இதற்கான சாத்தியக் கூறுகள் என்பது குறைந்துகொண்டே வருகிறது. தற்போது நிலவும் பருவநிலை மாற்றம், பல்லுயிர் சிதைப்பு, மாசடைந்த சூழ்நிலை மண்டலங்கள் இவை அனைத்தும் வரும் காலங்களில் மிகப்பெரிய சிக்கலை மனிதர்களுக்கு ஏற்படுத்தும். இதனால் வரக்கூடிய விளைவுகளில் இருந்து நாம் தப்பிப் பிழைத்தால் மட்டுமே இங்கு இருந்து வேறொரு கிரகத்துக்குச் செல்வதற்கான அடிப்படை முயற்சிகளை நாம் மேற்கொள்ள முடியும் என்பதை நாம் தெளிவாக உணர வேண்டும்.

எனவே, அடுத்து வரக்கூடிய தலைமுறைகள் வாழ வேண்டும் என்றால் தற்போது நாம் செய்துவரும் தவறுகளை அதிவேகமாகச் சரிசெய்ய வேண்டியது காலத்தின் கட்டாயமாகும். அல்லது இன்னும் நூறு ஆண்டுகளிலேயே இந்த மனித இனம் இயற்கையின் கோரத்தாண்டவத்தினால் பூமியிலிருந்து சுத்தமாகத் துடைத்து எறியப்படும். அவ்வாறு நிகழும்போது மற்ற பல உயிரினங்கள் தப்பிப் பிழைப்பதற்கான சாத்தியக் கூறுகள் அதிகம். ஏனென்றால், தற்போது வாழும் உயிரினங்களில் பெரும்பான்மையானவை முந்தைய பேரழிவுகளில் தப்பிப் பிழைத்தவையே. அதேநேரம், மனிதர்களைப் பொறுத்தவரை அது சாதகமானதாக இல்லை என்பது தான் உண்மை.

மேலே குறிப்பிட்ட அனைத்தும் தெளிவாக நமக்கு உணர்த்தும் உண்மை யாதெனில், மனிதர்களும் மற்ற உயிரினங்களும் வாழ தற்போது இருக்கும் ஒரே இருப்பிடம் பூமி மட்டுமே. இதன் காரணமாகத்தான் பூமி 'உயிர்க்கோள்' என்று அழைக்கப்படுகின்றது. பூமியில் மனித இனம் தொடர்ந்து வாழவேண்டும் என்றால் மற்ற

உயிரினங்கள் வாழ இயற்கையானச் சூழலை மனிதன் நிலைநாட்ட வேண்டும், குறிப்பாக அனைத்துச் சூழ்நிலை மண்டலங்களையும், நீர்வளம், நிலவளம் மற்றும் கனிமவளம் போன்றவற்றையும் நீடித்து இருக்கும் வகையில் பயன்படுத்த வேண்டும் (sustainable utilization). தவறும் பட்சத்தில் மனித இனம் பூமியிலிருந்து இயற்கையால் துடைத்து எறியப்படும்!

அனைத்துக்கும் மேலாக, இந்தியாவைப் பொறுத்தவரை இந்தியர்களின் அடிப்படைக் கடமைகளைப் பற்றிப் பேசும் அரசியல் அமைப்புச் சட்டம் பிரிவு 51A(g)யில் கூறப்பட்டு இருப்பது யாதெனில், "It shall be the duty of every citizen of India to protect and improve the natural environment including forests, lakes, rivers and wildlife and to have compassion for living creatures."

அதாவது, காடுகள், ஏரிகள், ஆறுகள் மற்றும் வனவிலங்குகள் உள்ளிட்ட இயற்கைச் சூழலைப் பாதுகாத்து மேம்படுத்துதல் மற்றும் உயிரினங்கள் மீது இரக்கம் காட்டுதல் என்பது இந்திய அரசியல் அமைப்புச் சட்டத்தின்படி அனைத்து இந்தியர்களின் அடிப்படைக் கடமையாக சுட்டிக்காட்டப்பட்டுள்ளது என்பதையும் இங்கு நாம் மனதில் நிறுத்த வேண்டும்.

பல்லுயிர் பன்மையின் முக்கியத்துவம்

பூமியில் முதல் உயிரினம் தோன்றி கிட்டத்தட்ட 370 கோடி ஆண்டுகள் கடந்துவிட்டன. இத்தனைக் கோடி ஆண்டுகளில் இந்த பூமியில் பல லட்சம் உயிரினங்கள் வாழ்ந்து மறைந்துவிட்டன. குறிப்பாக, பூமி பல்வேறு காலகட்டங்களில் சந்தித்த ஐந்து மிகப்பெரிய பேரழிவுகளில், பூமியில் தோன்றிய 99.9% உயிரினங்கள் இயற்கையாலேயே அழிக்கப்பட்டன என்பது மிகவும் வியப்பான ஒரு விஷயம் (அட்டவணை). தற்போது நம்மிடையே எஞ்சி இருக்கும் உயிரினங்களின் எண்ணிக்கை என்பது 0.1% மட்டுமே.

2011ஆம் ஆண்டு கனடா, அமெரிக்கா மற்றும் லண்டன் பல்கலைக்கழகங்களைச் சேர்ந்த ஆராய்ச்சியாளர்களின் கணக்கெடுப் பின்படி உலகில் தற்போது உள்ள உயிரினங்களின் மொத்த எண்ணிக்கை தோராயமாக 87 லட்சம். இதில் 12 லட்சம் உயிரினங்கள் தான் இதுவரை அறிவியல்பூர்வமாக வகைப்படுத்தப்பட்டுள்ளன. கிட்டத்தட்ட 75 லட்சம் உயிரினங்கள் பற்றிய முழுமையான அறிவியல் பகுப்பாய்வு இதுவரை செய்யப்படவில்லை என்பது ஒரு கசப்பான உண்மை. பல உயிரினங்களின் வாழும் முறை, உணவுப் பழக்கவழக்கங்கள், மனிதர்களுக்கு அவற்றால் கிடைக்கும் நன்மைகள், சூழ்நிலை மண்டலம் மற்றும் உணவுச் சங்கிலியில் அவற்றின் பங்களிப்பு போன்ற முக்கியமானத் தகவல்களை நாம் தெரிந்து கொள்வதற்கு முன்பே வாழிடம் அழிதல், சூழ்நிலை மாசு, காலநிலை மாற்றம் போன்ற பல காரணங்களால் பல ஆயிரம் உயிரினங்கள் அழிந்து போய்விட்டன, எஞ்சி இருப்பவையும் தொடர்ந்து அழிவைச் சந்தித்து வருகின்றன.

அட்டவணை : இதுவரை நடந்த பேரழிவுகளும் அவற்றுக்கான காரணங்களும்:

பேரழிவுகளின் காலம்	இன்றிலிருந்து நடந்த காலம்	அழிவுக்கானக் காரணங்கள்	உயிரின அழிவு விகிதம்
அர்டோவிசியன் *(Ordovician)*	44 கோடி ஆண்டு	பூமியில் தென்பகுதியில் ஆரம்பித்த பனியுகம் காரணமாக பல உயிரினங்கள் அழிந்தன. பிற்பகுதியில் ஏற்பட்ட புவிவெப்பம் உயர்வின் காரணமாகக் கடல்மட்டம் உயர்ந்தது. பெரும்பான்மையான கடல் வாழ் உயிரினங்கள் அழிவதற்குக் காரணமாக அமைந்தது.	86%
டெவோனியன் *(Devonian)*	36 கோடி ஆண்டு	நிலப்பரப்பில் தாவரங்களின் எண்ணிக்கை அதிகமான காரணத்தினால் ஏற்பட்ட காலநிலை மாறுபாடுகளின் காரணமாக இது நிகழ்ந்தது. கடல் வாழ் உயிரினங்களுக்குப் போதுமான அளவு சுவாச வாயு கிடைக்காத காரணத்தினால் பெரும் உயிரிழப்புகளைக் கடல் உயிரினங்கள் சந்தித்தன.	75 %
பெர்மியன் *(Permian)*	25 கோடி ஆண்டு	சைபீரியன் பகுதிகளில் நடந்த தொடர் எரிமலை வெடிப்புகள். இதன் காரணமாக கரியமில வாயு மற்றும் சல்பர் வாயுவின் காரணமாகக் கடலின் அமிலத்தன்மை மாறியது. அமிலமழை பொழிந்தது. இதன் காரணமாகக் கடல் மற்றும் நிலப் பரப்புகளில் பெரிய வேதியல் மாற்றம் ஏற்பட்டது. இது பல உயிரினங்கள் அழிவதற்குக் காரணமாக இருந்தது.	96%
டிரையாசிக் *(Triassic)*	20 கோடி ஆண்டு	கடலின் ஆழப் பகுதிகளில் நடந்த எரிமலை வெடிப்புகள். இதன் காரணமாகப் புவியின் வெப்ப நிலையில் மாறுபாடு, கடலில் பௌதிக மற்றும் வேதியல் தன்மையில் ஏற்பட்ட மாற்றம். இவை அனைத்தும் அக்காலத்தில் பல உயிரினங்கள் அழிவுக்குக் காரணமாக அமைந்தன.	80%
க்ரிடேசியஸ் *(Cretaceous)*	6.5 கோடி ஆண்டு	விண்கற்கள் மோதியதால் பூமியில் ஏற்பட்ட மிகப்பெரிய நிலநடுக்கம் மற்றும் தூசு மண்டலங்களின் காரணமாக ஏற்பட்ட செயற்கை இருட்டு போன்றவை கடல்வாழ் உயிரினங்களும், நில உயிரினங்களும் அழிவதற்குப் பெரும் காரணமாக அமைந்தன. அப்போது ஏற்பட்ட உணவுப் பஞ்சத்தின் காரணமாகவும் பல உயிரினங்கள் அழிந்தன.	76%

தரவுகள் - https://ourworldindata.org/mass-extinctions:
பூவுலகின் நண்பர்கள் தளத்தில் உள்ள பேரழிவுகளின் வரலாறு (https://poovulagu.org/topics/history-of-disasters).

பூமி சந்தித்த ஐந்து பேரழிவுக் காலங்களில் மனிதன் பூமியில் தோன்றியிருக்கவே இல்லை. ஆனால், தற்போதைய ஆந்த்ரோபோசின் (Anthropoceane) என்ற இந்தப் புவியியல் சகாப்தத்தில் நிகழும் நிகழ்கால பல்லுயிர் அழிவுக்கு மூல காரணமாக இருப்பது மனிதர்களாகிய நாம் மட்டுமே.

சுற்றுச்சூழல் மாசு, வாழிடங்கள் அழிப்பு, ஆக்கிரமிப்பு உயிரினங்களின் அறிமுகம் மற்றும் மனிதனால் ஏற்படுத்தப்பட்ட புவிவெப்பம், அதன் தொடர்ச்சியான காலநிலை மாற்றம் போன்றவை அதிவேகமாக, பூமியில் எஞ்சி இருக்கும் உயிரினங்களை அழித்துவருவதாக அறிவியலாளர்கள் பதிவுசெய்திருக்கிறார்கள். 'ஆந்த்ரோபோசின் கால உயிர் அழிப்பு நிகழ்வானது முன்பு நடந்த பேரழிவுகளைவிட அதிகம் வீரியம் கொண்டுள்ளதாக உள்ளது' என்று ஆராய்ச்சியாளர்கள் குறிப்பிடுகிறார்கள்.

பல்லுயிர் பன்மை என்பது இந்தப் பூமியில் வாழக்கூடிய பலவிதமான நுண்ணுயிரிகள், பூஞ்சைகள், பாசிகள், தாவரங்கள் மற்றும் அனைத்து விதமான விலங்குகளையும் குறிக்கும். பல்லுயிர் பன்மை இல்லையெனில் மனிதர்கள் இந்தப் பூமியில் வாழவே இயலாது என்பது எவராலும் மறுக்க முடியாத உண்மை.

மனித இனம் உயிர் வாழ அடிப்படைத் தேவையான சுவாசிக்கும் காற்று, உண்ணும் உணவு, குடிநீர், மருந்து, உடுக்கும் உடை மற்றும் வாழ்வதற்குத் தகுந்த தட்பவெப்ப நிலை போன்ற அத்தியாவசியத் தேவைகள் அனைத்தையும் வழங்குவது மற்ற உயிரினங்களே. மனிதனுக்கும் பல்லுயிரிகளுக்கும் இடையே ஆன இந்தத் தொடர்பை நாம் நன்கு அறிந்துகொண்டால் மட்டுமே நாம் அவற்றைக் காக்க முடியும்.

பல்லுயிர் அழிவைத் தடுப்பதன் மூலம் மட்டுமே எதிர்கால நம் சந்ததியினர் இந்த பூமியில் வாழ முடியும். மற்றைய உயிரினங்களுக்கு எதிராக நாம் உயர்த்திப் பிடிக்கும் வாள், ஒருநாள் நம்முடைய கழுத்திலும் இறங்கும் என்பதுதான் இயற்கையின் நியதி!

பல்லுயிர் பன்மையே ஒரு நாட்டின் முதுகெலும்பு

ஒரு நாடு பொருளாதார ரீதியாக ஸ்திரமாக இருப்பதற்கு அங்கே உள்ள இயற்கை வளங்களும், பல்லுயிர் பன்மையும் அதிமுக்கியப் பங்கு வகிக்கின்றன. கிரீஸ் நாட்டில் ரோமானியர்களும், எகிப்து பகுதியில் பாரோக்களும் செழித்து வளர்ந்ததற்கு முக்கிய காரணங்களில் ஒன்று, அவர்கள் தங்களுடைய இயற்கை வளங்களை நீர்த்துப்போகாமல் நீடித்து இருக்கும் வகையில் பார்த்துக்கொண்டதே என்று ஆராய்ச்சியாளர்கள் குறிப்பிடுகிறார்கள். ஆட்சியாளர்களும் பொதுமக்களும் இயற்கை வளங்களையும் பல்லுயிர் பன்மையையும் உபயோகப்படுத்திக்கொள்ளும்போது அவை நீடித்து இருக்கும் வகையில் பாதுகாக்க வேண்டும் (sustainable utilization).

பல்லுயிர் பன்மை என்பது ஒரு நாட்டின் கலை, இலக்கியம், பண்பாடு, பொருளாதாரம், வரலாறு போன்றவற்றை மாற்றி அமைக்கும் வல்லமை உடையது. உதாரணமாக, நமது நாட்டை எடுத்துக்கொள்வோம். இந்திய நிலப்பரப்பு என்பது கடந்த 1000 ஆண்டுகளில் ஆரியர்கள், பெர்சியர்கள், ஈரானியர்கள், மங்கோலியர்கள், முகலாயர்கள், போர்ச்சுகீசியர்கள் மற்றும் பிரிட்டிஷாரின் படையெடுப்புக்கு ஆளானது. அதன் தொடர்ச்சியாக இந்திய நிலப்பரப்பின் பாரம்பரியமிக்க கல்வி, கலை, இலக்கியம், வழிபாடு, உணவு, விவசாயம் போன்ற துறைகளில் ஏற்பட்ட மாற்றங்கள் நாம் அனைவரும் அறிந்ததுதான். இத்தகைய மாற்றங்களுக்கு முக்கிய காரணமாக இருந்தது இந்திய நிலப்பரப்புகளில் தழைத்தோங்கி இருந்த உயிரியல் பன்மையே.

இந்தியப் பகுதிகளில் விளைந்த குறுமிளகு, கிராம்பு, அகில், சந்தனம் மற்றும் முத்துக்கள் வர்த்தகத்திற்காகவே வெளிநாட்டு வணிகர்கள் இங்கே வந்ததாக ‘மறைக்கப்பட்ட இந்தியா’ நூலில் எஸ்.ராமகிருஷ்ணன் அவர்கள் குறிப்பிடுகிறார். காலப்போக்கில் அவர்கள் நம்மை அடிமையாக்கிய வரலாறு அனைவரும் அறிந்ததே. 200 ஆண்டுகளில் ஆங்கிலேயர்கள் மட்டும் இந்தியாவில் இருந்து சுரண்டி எடுத்துச் சென்ற செல்வங்களின் மொத்த மதிப்பு என்பது தோராயமாக அன்றைய பொருளாதார மற்றும் நாணய

மேற்குத் தொடர்ச்சி மலைகளின் வனவளங்களை அழித்து உருவாக்கப்பட்டுள்ள தேயிலைத் தோட்டங்கள்.

மதிப்பீட்டின்படி 45 லட்சம் கோடிகளுக்கு மேல். அவர்களால் அழிக்கப்பட்ட வனவிலங்குகள், வனவளம் மற்றும் மலைக் காடுகளைச் சிதைத்து அவர்கள் உருவாக்கிய தேயிலைத்தோட்டங்கள் மற்றும் காப்பித்தோட்டங்கள் போன்றவை போக இந்தியாவில் இன்றளவும் மிகப்பெரிய பல்லுயிர் வளம் இருந்துகொண்டுதான் இருக்கின்றது என்பது நாம் செய்த நல்வினைப் பயனாகும்.

தற்போதுள்ள 17 மிகப்பெரிய பல்லுயிர் பன்மை கொண்ட நாடுகளில் (mega biodiversity countries) இந்தியாவும் ஒன்று என்பது நாம் பெருமைப்பட வேண்டிய விஷயம்!

உலக நிலப்பரப்புகளில் இந்தியா பெற்றிருப்பது 2.4% மட்டுமே. ஆனால், உலகில் உள்ள உயிரினங்களில் 8.1% இந்தியாவில் உள்ளது. இதுவரையில் 48,655 தாவர இனங்களும், 1,00,693 விலங்கினங்களும் நமது நாட்டில் இருப்பதாக இந்தியத் தாவரவியல் அளவாய்வு (Botanical Survey of India - BSI), இந்திய விலங்குகள் கணக்கெடுப்பு நிறுவனம் (Zoological Survey of India - ZSI) கூறுகின்றன. இவற்றுள் 12.6% பாலூட்டிகள், 4.5%

பறவைகள், 45.8% ஊர்வன, 55.8% இருவாழ்விகள், 33% தாவரங்கள் இந்தியாவில் மட்டுமே காணப்படுகின்றன (endemic species). இதில் ஆச்சரியத்தக்க வகையில் நாம் இதுவரை 50% நிலப்பரப்புகளை மட்டுமே சரியான முறையில் ஆய்வுக்கு உட்படுத்தியுள்ளோம்.

ஒரு நாட்டின் இயற்கை வளங்களும், பல்லுயிர் பன்மையும் அழிக்கப்படும்போது அந்த நாடு அல்லது அந்த அந்தப் பகுதியில் வசிக்கும் மனித இனமே அங்கிருந்து துடைத்து எறியப்படும் என்பதற்கு வரலாற்றின் பக்கங்களில் ஏராளமான உதாரணங்கள் உள்ளன. சமீபத்திய உதாரணமாக, நவூரு (Republic of Nauru) நாட்டினை எடுத்துக்கொள்ளலாம். 19ஆம் நூற்றாண்டு காலகட்டத்தில் உலகிலேயே மிகவும் பணக்கார நாடு நவூரு ஆகும். அந்த நாட்டின் தனிநபர் ஆண்டு வருமானம் என்பது அந்தக் காலகட்டத்திலேயே 41,00,000 ஆகும். ஆனால், அடுத்த நூற்றாண்டில் அந்த நாடு திவாலாகும் நிலைமைக்குச் சென்றதின் காரணம் அங்கே நடந்த இயற்கை வளச் சுரண்டலே ஆகும். நவூருவில் நடந்த இயற்கை வளச் சுரண்டல் பற்றி அறிந்துகொள்ள https://www.youtube.com/c/3rdPLANET2019, என்ற YouTube தளத்தில் உள்ள Agriculture and Poultry (https://youtu.be/TZgnC-dXt6Sw?si=ydBG92VW8uQzumN) என்ற எனது காணொளிப் பதிவினைப் பார்க்கவும்.

பல்லுயிர் பன்மையின் முக்கியத்துவம்

பல லட்சம் வகையான நுண்ணுயிரிகளும் தாவரங்களும் விலங்குகளும் இல்லை என்றால் இந்த உலகில் எந்த ஒரு சூழ்நிலை மண்டலமும் நிலைத்து இயங்க முடியாது. சூழ்நிலை மண்டலங்களில் ஏற்படும் தாக்கம் என்பது மானுடத்தின் இருப்பையே கேள்விக்குறியாகும். இந்தப் பூமியில் இருக்கும் எந்த உயிரினமும் மனிதர்களை நம்பி இல்லை. மாறாக, மனிதர்கள்தான் ஒவ்வொரு நொடி வாழ்வதற்கும் மற்ற உயிரினங்களை நம்பி இருக்கிறார்கள் என்பதை நாம் நன்கு உணர வேண்டும். உதாரணமாக, நம்முடைய முக்கிய உணவுத் தானியங்களான அரிசி, கோதுமை, சோளம், பார்லி; காய்கறிகளான வெண்டை, கத்தரி, முருங்கை, தக்காளி;

கனிகளான ஆப்பிள், கொய்யா, ஆரஞ்சு, திராட்சை போன்றவை அனைத்தும் நமக்குக் கிடைப்பதற்கு முக்கிய காரணமாக இருப்பது தாவரங்களே ஆகும். அதேசமயம் அந்தத் தாவரங்கள் மகரந்தச் சேர்க்கைக்குப் பூச்சி இனங்களை நம்பியே உள்ளது. உலகில் உள்ள 75% விவசாயப்பயிர்கள் மகரந்தச்சேர்க்கைக்குப் பூச்சிகள் மற்றும் சில விலங்கினங்களை மட்டுமே நம்பி உள்ளதாக ஐக்கிய நாடுகள் சபையின் உணவு மற்றும் வேளாண்மை அமைப்பு (FAO) அறிக்கைகள் கூறுகின்றன. மேற்கு ஆப்பிரிக்காவில் மட்டும் மகரந்த சேர்க்கை செய்யும் விலங்குகளால் கிடைக்கும் பொருளாதார பலன் என்பது ஓர் ஆண்டுக்கு 46,480 கோடிகள் ஆகும்.

கண்ணுக்குத் தெரியாத நுண்ணுயிரிகள் முதல் தாவரங்கள் மற்றும் அனைத்து விதமான விலங்குகள் யாவையும் இருப்பிடத்துக்காகவும் உணவுக்காகவும் ஒன்றை ஒன்று சார்ந்து இருக்கின்றன. உணவுக்காக சார்ந்து இருப்பதைத்தான் நாம் உணவுச் சங்கிலி அல்லது உணவு வலை என்று அழைக்கின்றோம். இவற்றில் ஏதாவது ஓர் உயிரினம் அழியும் பட்சத்தில் அந்த உணவுச் சங்கிலியின் ஸ்திரத்தன்மை பாதிக்கப்படும். நாளடைவில் அந்த வாழிடமே உயிரிகள் இல்லாத பாலைவனமாக மாறிவிடும் என்பதுதான் உயிரியலாளர்கள் கூறும் அறிவியலாகும். எனவே, பல்லுயிர் சிதைவு என்பது மனிதனை நேரடியாகவும் மறைமுகமாகவும் பல விதங்களில் பாதிப்படையச் செய்யும் என்பதை நாம் உணர வேண்டும். இந்த ப்பாதிப்பு என்பது சில நேரங்களில் உடனடியாகவும், பல நேரங்களில் நூற்றாண்டுகள் கழிந்தும்கூட உணரப்படலாம்.

மேற்கூறிய அனைத்தையும் கருத்தில்கொண்டு அடுத்துவரும் பகுதிகளில் முக்கிய உயிரின வகைகளின் சூழலியல், உயிரியல் மற்றும் பொருளாதார முக்கியத்துவத்தைப் பற்றி ஒரு சிறிய முன்னோட்டம் கொடுக்கப்பட்டுள்ளது. இவை போக அவற்றின் தற்போதைய நிலைமை அவற்றுக்கான காரணங்களையும் விவரித்துள்ளேன். எதார்த்தத்தில் இங்கே விவரிக்கப்பட்டுள்ளதைவிட பல மடங்கு நன்மைகளைப் பல்லுயிரிகள் புரிகின்றன என்பதைச் சொல்ல நான் கடமைப்பட்டிருக்கிறேன்.

நுண்ணுயிரிகள்

பல்வேறுபட்ட சூழ்நிலை மண்டலங்களில் நீக்கமற நிறைந்திருக்கும் ஓர் உயிரினக் கூட்டம் உண்டு என்றால் அது கண்ணுக்குப் புலப்படாத 'microbes' என்று அழைக்கப்படுகின்ற நுண்ணுயிரிகளே ஆகும். 'ஆர்க்கியாக்களும் பாக்டீரியாக்களுமே முதலில் தோன்றிய நுண்ணுயிரிகள்' என்கிறது சமீபத்திய ஆராய்ச்சி. அதன் தொடர்ச்சியாக, பூஞ்சைக்காளான், வைரஸ், புரோட்டோசோவா போன்ற நுண்ணுயிர்களும் பல்வேறு காலகட்டங்களில் இந்தப் பூமியில் தோன்றின.

பூமியின் பரப்பு முழுவதும் ஒரு காலத்தில் இந்த நுண்ணுயிரிகள் மட்டுமே நிறைந்து இருந்ததாகப் புதைபடிவ ஆராய்ச்சியின் முடிவுகள் தெரிவிக்கின்றன. இவ்வளவு நுண்ணுயிரிகள் இருந்த காரணத்தினால் அந்தக் காலகட்டத்தில் பூமியில் அதிக அளவு இருந்த கரிம வாயுவின் விகிதாச்சாரம் மாற்றப்பட்டு ஆக்ஸிஜன் மற்றும் நைட்ரஜன் வாயுக்களின் அளவு அதிகரித்தது. மேலும், அன்று நிலவிய தொடர் வெப்பம், அடர் மழை போன்ற அசாதாரணமான சூழ்நிலையிலேயே அனைத்து நுண்ணுயிரிகளும் செழித்து வளர்ந்தன.

இதன் தொடர்ச்சியாகவே, இன்று அனைத்து விதமான வாழிடங்களிலும் அதாவது, கடலின் அடிமட்டம் முதல் மலை சிகரங்களின் உச்சிவரை, பாலைவனம் முதல் எரிமலைகளின் உட்புற சுவர்கள் வரை, மணல் பரப்புகள் முதல் பல செல் உயிரினங்களின் உள்உறுப்புகள் வரை அனைத்து விதமான வாழிடங்களிலும் நுண்ணுயிரிகள் பரவிக்கிடக்கின்றன. 'மனித உடம்பில் உள்ள

ஒவ்வொரு செல்லிலும் குறைந்தபட்சம் 10 நுண்ணுயிரிகள் வசிக்கின்றன' என்கிறது ஆய்வுகள்.

பல லட்சம் ஆண்டுகளாக இந்தப் பூமியின் ஒவ்வொரு சூழ்நிலை மண்டலங்களையும், அவற்றின் அங்கமான வாழிடங்களையும் செதுக்கி, உயிர் புவி வேதியல் சுழற்சியிலும் (biogeochemical cycle) மிக முக்கிய பங்கு வகித்து, அவை இயல்பாக இயங்குவதற்கு அடித்தளம் இட்டு, மற்ற உயிரினங்கள் மற்றும் மனிதர்கள் வாழ்வதற்கான தகவமைப்பை உண்டு செய்தது நுண்ணுயிரிகள் மட்டுமே என்று கூறினால் அது மிகையல்ல. 'குறிப்பாக 200 கோடி ஆண்டுகளுக்கு முன்பு நீலப்பச்சை பாசிகள் பெருமளவு ஆக்ஸிஜனை உற்பத்தி செய்து சூழ்நிலையை மாற்றியது. இதன் விளைவாகவே பல லட்சம் உயிரின வகைகள் ஒவ்வொன்றாக இந்தப் பூமியில் தோன்ற ஆரம்பித்தன' என்கிறார்கள் துறை வல்லுனர்கள். இன்றளவும் 50% ஆக்ஸிஜனை நீலப்பச்சை பாசிகளே உற்பத்தி செய்கின்றன. இன்று பூமியில் காணப்படும் அனைத்து உயிரினங்களிடமும் உள்ள மரபு மூலக்கூறுகளின் உயிர்வேதிப் பண்புகள் அனைத்தும் நுண்ணுயிரிகளிடம் இருந்துதான் பெறப்பட்டன. ஆக, அனைத்து உயிரினங்களுக்கும் மூலம் இந்த நுண்ணுயிரிகளே. சற்று ஆழ்ந்து சிந்தித்தோமேயானால் மனிதர்களாகிய நாம் இன்று சுவாசிக்கும் பிராணவாயுவின் மூலக்கூறுகள் அனைத்தையும் நுண்ணுயிரிகள் மற்றும் அவற்றிலிருந்து பரிணாம வளர்ச்சி அடைந்த உயிரினங்களும் உருவாக்கியதுதான்! கூடுதலாக நமது உடம்பில் இருக்கும் புரதங்களும் நுண்ணுயிரிகள் உருவாக்கியதே!

வகைகளும் எண்ணிக்கையும்

உலகம் முழுவதும் ஒரு லட்சம் கோடிக்கு மேல் நுண்ணுயிரி இனங்கள் இருக்கும் என்று கணிக்கப்படுகிறது. அதேசமயம், அவற்றுள் 99.9% பற்றி நாம் இன்னும் சரிவர அறிந்திருக்கவே இல்லை. உலகில் இருக்கும் வைரஸ்களை மட்டும் வரிசையாக அடுக்கினால் அவற்றின் நீளம் 10 கோடி ஒளி ஆண்டுகள் அளவுக்கு இருக்கும். அதைவிட 10 கோடி மடங்கு அதிகமான பாக்டீரியாக்கள் கடலில் மட்டுமே உள்ளன. இன்னும் குறிப்பாகக் கூறவேண்டும்

எனில், 'நமது பல் இடுக்குகளில் காணப்படும் அழுக்குகளில் ஒரு கிராம் அளவுக்கு எடுத்துச் சோதனை செய்தபோது அதில் இருக்கும் நுண்ணுயிரிகளின் எண்ணிக்கை என்பது இதுவரை உலகில் எவ்வளவு மனிதர்கள் வாழ்ந்தார்களோ அதைவிட அதிகம்' என்கிறது ஆய்வுகள்.

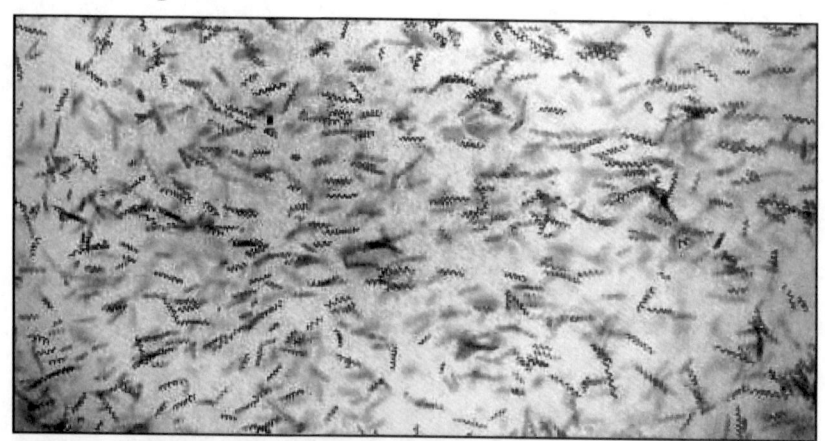

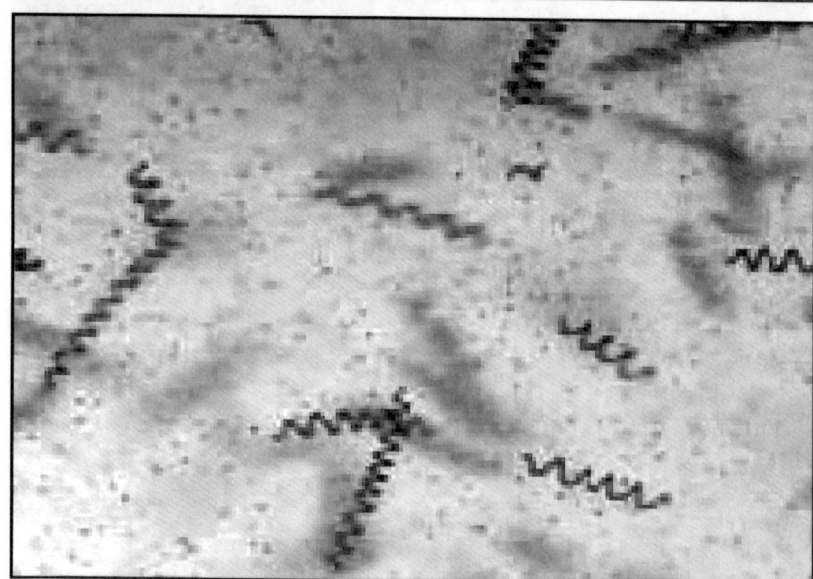

நுண்ணோக்கி வழியாக உருப்பெருக்கம் செய்யப்பட்ட சயனோபாக்டீரியா (சுருள்பாசி)

Photo credits: Prof Dr. Anantharaman, CAS in Marine Biology, Annamalai University, Parangipettai.

நுண்ணுயிரிகளின் முக்கியத்துவம்

மனிதர்கள் முதற்கொண்டு பல உயிரினங்களின் செரிமான மண்டலத்தில் மட்டுமே பல லட்சம் நுண்ணுயிரிகள் வசிக்கின்றன. இந்தக் காரணத்தினால் மட்டுமே செரிமானம் என்பது நமக்கு இயல்பாக நடைபெறுகிறது. மேலும், பல வைட்டமின்களை உடம்பு உற்பத்தி செய்வதற்கு நுண்ணுயிரிகள் மிக முக்கிய பங்கு வகிக்கின்றன. குறிப்பாக, வைட்டமின் 'பி' மற்றும் ரத்தம் உறையக் காரணமாக இருக்கும் வைட்டமின் 'கே' போன்றவற்றை மனித உடல் உற்பத்திச் செய்வதற்கு நுண்ணுயிரிகள் பெரும் உதவி செய்கின்றன.

நுண்ணுயிரிகள் ஒளிச்சேர்க்கையில் ஈடுபட்டு பிராணவாயு உற்பத்தியில் பெரும்பங்கு வகிக்கின்றன; வளிமண்டலத்தில் இருக்கும் நைட்ரஜனை, தாவரங்கள் தக்க வைத்துக்கொள்ளவும் உதவி புரிகின்றன; கூடுதலாக, கரிம பொருள் சிதைவுக்கும் பெரும் பங்காற்றுகின்றன. அதிக அளவு ஆக்ஸிஜனையும், நைட்ரஜனையும் மற்றும் சல்பர் சத்துகளையும் பெருமளவில் உயிரினங்களுக்குக் கிடைக்க இன்றளவும் நுண்ணுயிரிகளே வழி செய்கின்றன. இதன் காரணமாக இயற்கைக் காடுகள் மட்டுமின்றி விவசாயத் தாவரங்களும் பெருமளவில் பயனடைகின்றன. கூடுதலாக, விவசாய நிலங்களில் பூச்சிகளைக் கட்டுப்படுத்தவும் டிரைக்கோடெர்மா விரிடி போன்ற நுண்ணுயிரிகள் உதவுகின்றன.

அதுபோலவே, நூற்றுக்கணக்கான நுண்ணுயிரிகள், உணவு சார்ந்த தொழில்கள் சிறப்பாக நடைபெற உதவுகின்றன. உணவுப் பொருள்களான ரொட்டி, தயிர், பாலாடைகள் மற்றும் ஒயின், பீர் போன்ற மதுபானங்கள் தயாரிப்புக்கும் நுண்ணுயிரிகள் பெரும்பங்காற்றுகின்றன. தென்னிந்தியாவின் முக்கிய உணவான இட்லி மற்றும் தோசைக்கான மாவு புளித்துப் பதமாக வருவதற்கும் நுண்ணுயிரிகள் பெரும்பங்காற்றுகின்றன. மேலும் மனிதர்கள் உருவாக்கும் கழிவுப்பொருட்கள், குப்பைகள் போன்றவைச் சிதைவடைவதற்கும் இவற்றின் பங்குகள் அளப்பரியது. பல ஆய்வகங்களில் குப்பைகளைச் சிதைக்கும் பாக்டீரியாக்கள் உற்பத்தி செய்யப்பட்டு விற்பனை செய்யப்படுகின்றன என்பது நம்மில் பலரும் அறியாத ஒன்று.

முனைவர் ச.சாண்டில்யன்

ஆன்ட்டிபயாட்டிக் (antibiotic) என்று சொல்லப்படுகின்ற நுண்ணுயிர் எதிர்ப்பு/தடுப்பு மருந்துகள் உருவாக்கவும் நுண்ணுயிரிகள் பெரிதும் பயன்படுகின்றன (உதாரணமாக பென்சிலியம், ஸ்ட்ரெப்டோமைசின், டெட்ராசைக்ளின்). மேலும், செரிமான மண்டலங்கள் திறம்பட வேலை செய்ய உதவும் நுண்ணுயிரிகளான புரோபயோடிக் எனும் நன்மை செய்யும் பாக்டீரியாக்களைத் தொழிற்சாலைகளில் உற்பத்தி செய்து விற்பனை செய்ததன் மூலம் 2016ஆம் ஆண்டு காலகட்டத்தில் கிடைத்த வருவாய் மட்டும் ரூபாய் 370 கோடிகள் ஆகும். இது 2027 காலகட்டத்தில் ரூபாய் 1740 கோடிகளைத் தொடும் என்று எதிர்பார்க்கப்படுகிறது. அதுபோக, நிலத்தில் பரவலாகக் காணப்படும் பூஞ்சைக் காளான்கள் கிரகிக்கும் கார்பனின் அளவினைப் பண மதிப்பீடு செய்தால், அதனுடைய மதிப்புத் தோராயமாக ஆண்டொன்றுக்குக் கிட்டத்தட்ட ரூபாய் 57 லட்சம் கோடிகள் ஆகும். மேலே குறிப்பிட்டவை அனைத்தும் நுண்ணுயிரிகளால் கிடைக்கும் நன்மைகளின் அளவுகளில் ஒரு சிறு பகுதி மட்டுமே.

நுண்ணுயிரிகளின் தற்போதைய நிலைமை

நுண்ணுயிரிகள் எண்ணிக்கை வெகுவாகக் குறைந்து வருவதாகக் கடந்த 20 ஆண்டுகளில் மேற்கொள்ளப்பட்ட ஆராய்ச்சியின் முடிவுகள் தெரிவிக்கின்றன. குறிப்பாக, பல நன்மை செய்யும் பாக்டீரியாக்கள் காலநிலை மாற்றத்தால் ஏற்படும் சூழ்நிலை மாற்றங்களால் அதிக அளவு குறைந்து வருகிறது. வெப்பமண்டலக் காடுகளின் மணற்பரப்புகளில் காணப்படும் நன்மை செய்யும் பாக்டீரியாக்கள் மிக முக்கியமான கார்பன் சேகரிப்பு மையமாகும். ஆனால், புவிவெப்பம் அதிகரிக்கும் காரணத்தால் அந்தப் பகுதியில் உள்ள இந்த வகையான பாக்டீரியாக்களின் எண்ணிக்கை அதிர்ச்சி அளிக்கும் வகையில் குறைந்து வருவதாக ஆய்வுகள் குறிப்பிடுகின்றன. இதன் காரணமாக, அந்தப் பகுதிகளில் கரியமில வாயுவின் அளவு அதிகரித்து இருப்பதையும் பதிவுசெய்து இருக்கிறார்கள். இதன் விளைவாக, அந்தப் பகுதிகளில் வெப்பநிலை மேலும் 3 டிகிரி செல்சியஸ் அளவு உயர்ந்தால் மிகப்பெரிய

பாதிப்புகளை வெப்பமண்டலக் காடுகளும், அதனைச் சார்ந்த பல்லுயிரி மண்டலங்களும், மனிதர்களும் சந்திக்கக்கூடும் என்றும் எச்சரிக்கிறார்கள்.

இது போக, மனிதர்களின் உணவுச் சூழலில் இருக்கும் நன்மை செய்யும் நுண்ணுயிரிகளின் வகைகளும் வெகுவாகக் குறைந்து வருவதாக ஆய்வுகள் குறிப்பிடுகின்றன. அவற்றிலும் ஒரு சில நுண்ணுயிரி இனங்கள் முற்றிலுமாக அழிந்திருக்கக் கூடும் என்ற ஐயப்பாட்டையும் ஆராய்ச்சியாளர்கள் பதிவுசெய்திருக்கிறார்கள்.

காற்றில் உள்ள நுண்ணுயிரிகளின் எண்ணிக்கையும் அதிக அளவில் தற்போது குறைந்து உள்ளதை நுண்ணுயிரியல் ஆய்வாளர்கள் சுட்டிக் காட்டுகிறார்கள். காலநிலை மாற்றத்தின் காரணமாகவே இவை நடைபெறுவதாகவும் குறிப்பிட்டுள்ளார்கள். கூடுதலாக, காலநிலை மாற்றத்தின் விளைவாக அதிக அளவு பாக்டீரியாக்களும் வேதிப்பொருள்களின் பயன்பாட்டுக் காரணமாக அதிக அளவு பூஞ்சைக் காளான், புரோட்டோசோவா பாதிக்கப்படுகின்றன.

சமீபத்தில், 'இயற்கைப் பேரிடர்களால் ஏற்படும் வெள்ளம் மற்றும் நிலச்சரிவு, எவ்வாறான பாதிப்புகளை மண் பரப்புகளின் மீது வாழும் நன்மை செய்யும் நுண்ணுயிரிகளின் மீது உருவாக்குகின்றன?' என்ற ஆய்வினைக் கேரளாவின் பாலக்காடு மாவட்டத்தில் உள்ள அட்டப்பாடி மற்றும் நெல்லியம்பதி பகுதிகளில் மேற்கொண்டார்கள். ஆய்வு முடிவின்படி 11 வகையான நன்மை செய்யும் நுண்ணுயிரிகள் எண்ணிக்கைப் பெருமளவில் குறைந்து காணப்படுவதை உறுதி செய்திருக்கிறார்கள். இந்த எண்ணிக்கைக் குறைவானது, விவசாய உற்பத்தியில் பெரிதளவு எதிரொலிக்கும் என்று அந்த ஆராய்ச்சிக் கட்டுரை குறிப்பிடுகிறது.

பொதுவாகவே, பருவநிலை மாற்றம் அதன் தொடர்ச்சியான இயற்கைச் சீற்றங்கள், அளவுக்கு அதிகமான ரசாயனப் பூச்சிக்கொல்லி மற்றும் உரங்களின் உபயோகம் போன்ற பல காரணங்களால் ஆயிரக்கணக்கான நுண்ணுயிரிகள் அனுதினமும் அழிந்து வருகின்றன. நுண்ணுயிரிகள் அழிவினைத் தடுக்கவேண்டிய கட்டாய நிலையில் இன்று நாம் இருக்கின்றோம்!

தாவரங்கள்

பூமியில் காணப்படும் உயிரினங்களிலேயே பல வகைகளிலும் தனிச்சிறப்பு வாய்ந்த இனமாகத் தாவரங்களையே அறிவியல் சுட்டிக்காட்டுகிறது. குறிப்பாக, சூரியனுடைய ஒளி ஆற்றலைப் பெற்றுக்கொண்டு அதை வேதி ஆற்றலாக அதாவது உணவாக மாற்றும் வல்லமை நுண்ணுயிரிகளுக்கு அடுத்து தாவரங்களுக்கு மட்டுமே உள்ளது. இதன் காரணமாகவே உலகெங்கிலும் உள்ள வாழிடங்கள் அனைத்திலும் இருக்கும் உணவுச் சங்கிலிகளின் தொடக்கப் புள்ளி அதாவது producer என்று சொல்லப்படுகின்ற உற்பத்தியாளராகத் தாவர இனங்கள் உள்ளன. இந்த ஆதாரப் புள்ளியை நம்பியே அனைத்துச் சூழ்நிலை மண்டலங்களும் சுழல்கின்றன.

பூமியில் உள்ள அனைத்து உயிரினங்களும் சுவாசிக்கும் காற்று, குடிக்கும் நீர், மற்றும் உணவு போன்றவற்றுக்காக நேரடியாகவும் மறைமுகமாகவும் தாவர இனங்களையே நம்பி உள்ளன. இதை வேறு வடிவில் கூற வேண்டும் என்றால் உயிரினங்களின் அனைத்து உயிர்த் தேவைகளையும் பூர்த்தி செய்வது தாவர இனங்களே. உதாரணமாக, வெறும் ஒன்பது வகையான தாவரங்கள் (நெல், கோதுமை, பார்லி, சோளம், மரவள்ளிக்கிழங்கு, உருளை, சோயா பீன்ஸ், கரும்பு மற்றும் ஓட்ஸ்) 800 கோடிக்கும் மேற்பட்ட மக்களின் 70% உணவுத் தேவையைப் பூர்த்தி செய்கிறது.

இதுபோக, மனிதர்களுக்கு அடிப்படைத் தேவையான நோய் தீர்க்கும் மருந்துகள், எண்ணெய் வகைகள், எரிபொருள்கள், உடை மற்றும் இதர தேவைகளான வாசனைப்பொருட்கள், கோந்து, சணல், கட்டுமானப்பொருட்கள் போன்ற அனைத்தையும் தாவர

இனங்களே வழங்குகின்றன. இன்னும் குறிப்பிட்டுச் சொல்ல வேண்டும் எனில் குழந்தைப் பருவத்தில் நாம் உபயோகப்படுத்தும் தொட்டில் முதல், இறுதியில் உறங்கும் சவப்பெட்டி வரையான அனைத்தையும் தாவரங்களே வழங்குகின்றன.

மருத்துவப் பயன்கள்

மனிதனுக்கு எழுத்துகள் அறிமுகம் ஆவதற்கு முன்பே தாவரத்தின் மருத்துவக் குணங்கள் பரிச்சயமாகி இருந்தன. மனிதனுடைய பலவிதமான நோய்களுக்கு நிவாரணியாகத் தாவரங்களையே இன்றளவும் நம்பி உள்ளனர். 'வளரும் நாடுகளில் உள்ள மக்கள்தொகையில் 80% மக்கள், இன்றளவும் நேரடியாகத் தாவர மருந்துகளையே பெரிதும் பயன்படுத்துகின்றனர்' என்கிறது உலக சுகாதார நிறுவனத்தின் அறிக்கை. இன்று உலகில் கிடைக்கும் அடிப்படை மற்றும் அத்தியாவசியமான மருந்துகளில் 11%, பூக்கும் தாவரங்களிடம் இருந்துதான் பெறப்படுகிறது. மேலும், தொற்று நோய்கள், இருதய சம்பந்தமான நோய்கள் மற்றும் நோய்எதிர்ப்புத் திறனை அதிகப்படுத்த உபயோகப்படுத்தப்படும் மருந்துகளில், பத்துக்கு எட்டு மருந்து வகைகள், தாவரங்களில் இருந்தோ அல்லது அவற்றின் மூலக் கூறுகளைக் கொண்டு ஆராய்ச்சி நிலையங்களிலோ உற்பத்தி செய்யப்பட்டவையே ஆகும். கூடுதலாக 1981-2006 வரை உள்ள காலகட்டத்தில் புற்றுநோய்க்காக 155 புதிய மருந்துகளுக்குக் காப்புரிமை பெறப்பட்டது. அவற்றில் 50%க்கு மேல் தாவரங்களிலிருந்து கண்டறியப்பட்ட மருந்துகளாகும்.

இன்றுவரை எலும்புமுறிவு மற்றும் அறுவைசிகிச்சைக்குப் பிறகு ஏற்படும் வலியினைக் குறைப்பதற்காக உபயோகப்படுத்தப்படும் வலி நிவாரணியான மார்பின், பாப்பி/ கசகசா (*Papaver somniferum*) செடியில் இருந்துதான் தயாரிக்கப்பட்டது. 19ஆம் நூற்றாண்டின் தொடக்கத்தில் இருந்துதான் மார்பின் ஆராய்ச்சிக் கூடங்களில் உற்பத்தி செய்யப்படுகிறது.

பல லட்சம் மனிதர்களின் மரணத்துக்குக் காரணமாக இருந்த மலேரியாவுக்கான மருந்து குயினைன், சின்கோனா (cinchona)

மரத்தின் பட்டையில் இருந்துதான் எடுக்கப்பட்டது. இன்று பல மருந்து எதிர்ப்புத் திறன் கொண்டதாக (multidrug-resistant) வளர்ந்து நிற்கும் மலேரியாவை உண்டு செய்யும் பிளாஸ்மோடியத்துக்கு எதிராக ஆர்ட்டெமிசினின் (artemisinin) மருந்தும் மாசிபத்திரி *(Artemisia annua)* என்ற தாவரத்தில் இருந்துதான் தயாரிக்கப்படுகிறது.

வயிற்றுப்போக்கு, ரத்த அழுத்தம், அல்சிமர் போன்ற நோய்களுக்குத் தேவையான மருந்துகள் அலையாத்திக் காடுகளில் வளரும் தாவரங்களில் சாதாரணமாகக் கிடைப்பதாக ஆய்வுகள் கூறுகின்றன. குறிப்பாக, ஆஸ்துமா, தொழுநோய் மற்றும் வாதநோய்க்கான மருந்துகளின் மூலக்கூறுகள், கழிமுள்ளி *(Acanthus ilicifolius)* என்ற அலையாத்தித் தாவரத்திலிருந்து கிடைக்கின்றன என்பது ஆச்சரியமான விஷயம்.

இதுவரை 20,000க்கும் மேற்பட்ட தாவரங்கள் பல நோய்களுக்கு நிவாரணியாக இருப்பது கண்டறியப்பட்டுள்ளது. இந்தியாவைப் பொறுத்தவரை 2000-5000 தாவர இனங்கள் மருந்துக்காகப் பல பகுதிகளில் பயன்படுத்தப்படுவதாகக் குறிப்புகள் உள்ளன. தாவரங்களின் இலை, வேர், பட்டை, பழம், விதை போன்றவற்றின் மருத்துவக் குணங்களை 5000 ஆண்டுகளுக்கு முன்பிருந்தே இந்தியர்கள் அறிந்திருந்தார்கள் என்பதை நாக்பூரில் கிடைத்த களிமண் கல்வெட்டுகளின் மூலம் நாம் அறியலாம்.

பொருளாதார வளர்ச்சி

இன்றளவும் பல நாடுகளின் பொருளாதார வளர்ச்சிக்குத் தாவர இனங்களே காரணமாக உள்ளன. குறிப்பாக, விவசாயப்பொருட்கள் உற்பத்தியிலும், ஏற்றுமதியிலும் ஒரு நாடு செழித்து வளர்ந்தால் அந்த நாட்டின் பொருளாதாரம் வெகு விரைவில் உயரும். உதாரணமாக 2019ஆம் ஆண்டு காலகட்டத்தில் அமெரிக்கா ஏற்றுமதி செய்த விவசாயம் சார்ந்த பொருட்களின் சந்தை மதிப்பு மட்டும் 11,800 கோடி அமெரிக்க டாலர்கள் ஆகும். அதுபோலவே, 2023ஜூலை மாதம் வரை உள்ள காலகட்டத்தில் இந்தியா ஏற்றுமதி செய்த உணவு தானியங்களின் சந்தை மதிப்பு ரூ. 5,900 கோடிகள் ஆகும்.

2001ஆம் ஆண்டு குறிப்புகளின்படி உலகம் முழுவதும் ஏற்றுமதி செய்யப்படும் மருத்துவத் தாவரங்களின் அளவு என்பது 4 லட்சம் மெட்ரிக் டன்களாகும். அவற்றின் சந்தை மதிப்பு 100.2 கோடி அமெரிக்க டாலர்கள். இந்தியாவைப் பொறுத்தவரை 2017-18 காலகட்டத்தில் 38 கோடி அமெரிக்க டாலர் மதிப்புக்கு இந்த ஏற்றுமதி இருந்தது. வரும் ஆண்டுகளில் இது 14.22% உயரும் என்று கணிக்கப்பட்டிருக்கின்றது. மேலும், மருத்துவத் தாவரங்களில் இருந்து பெற்று மதிப்புக் கூட்டப்பட்ட சாறுகள் மூலம் கிடைத்த வருவாய் என்பது 45.6 கோடி அமெரிக்க டாலர் ஆகும்.

ஆக்ஸிஜன் / உயிர்வளி உற்பத்தி

உயிரினங்கள் வாழ்வதற்கு அத்தியாவசியத் தேவையான ஆக்ஸிஜன் பெரும்பகுதி கடல் மற்றும் வெப்ப மண்டலக் காடுகளில் இருந்துதான் உற்பத்தி செய்யப்படுகிறது. அவற்றுள் 50% கடல்களில் இருக்கும் மிதவை உயிரிகள் (phytoplanktons) மற்றும் கடல் பாசிகள் போன்றவை உற்பத்தி செய்கின்றன. வெப்ப மண்டலப் பகுதிகளில் உள்ள காடுகள் 40% ஆக்ஸிஜன் உற்பத்தி செய்கின்றன. இந்த இரண்டு சூழ்நிலை மண்டலங்களும் பாதிக்கப்படும்போது ஆக்ஸிஜன் தட்டுப்பாடு ஏற்படுவதற்கான சாத்தியக்கூறுகள் மிக அதிகம்.

வளிமண்டலத்தில் இருக்கும் ஆக்ஸிஜனின் பெரும்பகுதி ஒளிச்சேர்க்கையின்போதும், மனிதன், கால்நடைகள், வனம் மற்றும் கடல்வாழ் உயிரினங்கள் சுவாசிக்கும்போதும் மற்றும் அவை இறந்த பிறகு சிதைவடையும்போதும் குறைகிறது. மேலும், நெருப்பு எந்த விதத்தில் பயன்பட்டாலும் ஆக்ஸிஜன் அளவு குறையும் என்பது நாம் அறிந்ததே. அதுபோக, அதிக அளவில் புதைபடிவ எரிபொருட்களை நாம் பயன்படுத்தும்போது ஆக்ஸிஜன் ஆனது வெகு விரைவாக அந்தப் பகுதியில் குறையும். இவை அனைத்துக்கும் மேலாகக் காடுகளின் பரப்பளவு குறையும்போது இயற்கையாகக் கிடைக்க வேண்டிய ஆக்ஸிஜனின் அளவு வெகுவாகக் குறையும்.

தற்போது உலகம் முழுவதும் இருக்கும் தாவரங்கள் ஒரு வருடத்துக்கு உற்பத்தி செய்யும் ஆக்ஸிஜன் அளவு என்பது

2600 கோடி டன்கள். 50 ஆண்டு காலம் வாழும் ஒரு மரமானது தன்னுடைய வாழ்நாளில் 53 லட்சம் மதிப்புள்ள ஆக்ஸிஜனை வெளிப்படுத்துகிறது. எனவே, ஆக்ஸிஜனை அதிகம் உற்பத்தி செய்யும் தாவரங்களை நாம் பாதுகாப்பது கட்டாயமாகும். அதிலும் குறிப்பாக, பொருளாதாரம் மற்றும் மக்கள்தொகையில் அதிவேகமாக வளர்ந்துவரும் இந்தியா தன்னுடைய நிலப்பரப்பில் 33% காடுகளைப் பேணிப் பாதுகாப்பது கட்டாயமாகும். கூடுதலாக 50 ஆண்டு காலம் வாழும் ஒரு மரமானது 6.4 லட்சம் மதிப்புள்ள மண்வளத்தைக் கட்டுப்படுத்தி நிலத்தின் வளத்தைப் பெருக்குகிறது. 10.5 லட்சம் அளவு காற்றில் உள்ள மாசுப்பொருட்களைச் சுத்தப்படுத்தும் மற்றும் 53 லட்சம் மதிப்பு அளவுக்குப் பறவைகளுக்கும் விலங்குகளுக்கும் உணவு, உறைவிடம் தருவதாக அமைகிறது. இது மட்டுமின்றி பூ, காய், கனி போன்ற பொருட்களையும் தருகிறது என்பதையும் நாம் நினைவில் நிறுத்த வேண்டும்.

கார்பன் மேலாண்மை

மனிதர்களின் அன்றாட செயல்பாடுகள் காரணமாக அதிக அளவு வளிமண்டலத்தில் திணிக்கப்படும் கரியமில வாயு, பூமியின் வெப்பநிலையை உயரச் செய்து காலநிலை மாற்றத்துக்கு வழி வகுக்கின்றது என்பது நாம் அனைவரும் அறிந்ததுதான். அதிக அளவு கார்பனை உட்கொள்ளும் தன்மை மரங்களுக்கு இருக்கின்றது. உதாரணமாக, ஒரு ஏக்கர் பரப்பளவில் நன்கு வளர்ந்த மரங்கள், 26 ஆயிரம் கிலோமீட்டர் பயணித்தால் ஒரு மகிழுந்து எவ்வளவு கார்பனை வெளியிடுமோ அவை அனைத்தையும் உறிஞ்சும் தன்மை உடையதாக உள்ளன. அதுபோக ஒரு ஏக்கரில் புதிதாக வளர்ந்த காடு என்பது ஒரு வருடத்தில் 2.5 டன் அளவுக்குக் கார்பனைச் சுத்திகரிக்கும் தன்மை கொண்டது.

உலகெங்கிலும் இதுவரை ஏற்பட்டிருக்கும் மண் அரிமானம், நீர் மாசு மற்றும் பற்றாக்குறை கார்பன் தேக்கம் போன்றவற்றைச் சரிசெய்ய கிட்டத்தட்ட 32 கோடி ஏக்கரில் நாம் காடுகள் வளர்க்க வேண்டும் என்கின்றன ஆய்வுக் குறிப்புகள். இந்தப் பரப்பளவில் நாம் வளர்க்கும் காடுகள் ஆண்டொன்றுக்கு 780 கோடி டன்

அளவுக்குக் கார்பனைக் கிரகிக்கும் தன்மை உடையதாக இருக்கும். அதுபோலவே 10 கோடி மரங்கள் நாம் நடவு செய்தால் அவை ஒரு கோடியே 80 லட்சம் டன் அளவுக்கு ஒரு வருடத்துக்குக் கார்பனை உட்கொள்ளும்.

காடுகள்

இதுவரை 3,74,000 முதல் 5,00,000 தாவரங்கள் அறிவியல் பூர்வமாகப் பல இடங்களில் வகைப்படுத்தப்பட்டுள்ளன. அவற்றுள் 80-90% தாவரங்கள் காடுகளிலேயே உள்ளன. அதிலும் குறிப்பாக அதிக எண்ணிக்கையிலான தாவர இனங்கள் ஈரப்பதம் நிறைந்த வெப்ப மண்டலப் பகுதிகளிலேயே காணப்படுவதாக ஆராய்ச்சியாளர்கள் குறிப்பிடுகிறார்கள்.

அமேசான் காடுகளைப் 'பூமியின் நுரையீரல்' என்று கூறினால் அது மிகையல்ல. கிட்டத்தட்ட 52 கோடி ஹெக்டேரில் 39 ஆயிரம் கோடி மரங்கள் அமேசான் காடுகளில் உள்ளன. அமேசான் காடு என்பது 9 தென் அமெரிக்க நாடுகளில் பரவி உள்ளது (பிரேசில், வெனிசுலா, கொலம்பியா, கயானா, பொலிவியா, பிரெஞ்சு கயானா, எக்குவடோர், சுரிநாம், பெரு). அமேசான் காடுகளின் 60% பிரேசிலில்தான் உள்ளது. அமேசான் காடுகள் இதுவரை 15-20 ஆயிரம் கோடி டன் கார்பனைத் தன்னுள்ளே சேகரித்து வைத்துள்ளது. ஒவ்வொரு வருடமும் 2000 கோடி டன் தண்ணீரை வளிமண்டலத்துக்கு அது தருகின்றது. இதன் மூலம் பொழியும் மழையானது பல தென் அமெரிக்க நாடுகளின் 70% மொத்த உள்நாட்டு உற்பத்தியினை (GDP) நிர்ணயிக்கிறது.

இந்தியாவின் நிலவியல் மற்றும் தட்பவெப்ப நிலை பல்வேறு வகையான காடுகள் செழித்து வளர்வதற்கு அடித்தளமிட்டுக் கொடுத்துள்ளது.

நாட்டின் தென் பகுதியான கேரளாவின் மழைக்காடுகள் தொடங்கி வடக்கே லடாக்கின் அல்பைன் மேய்ச்சல் நிலங்கள் வரை, மேற்கில் ராஜஸ்தானின் பாலைவனங்கள் முதல் வடகிழக்கில் பசுமையான காடுகள் வரை, மேற்கு வங்கம் ஒரிசா மற்றும்

தமிழ்நாட்டுக் கடற்கரை ஓரங்களில் அதிகப் பரப்பளவில் காணப்படும் அலையாத்திக் காடுகள் வரை இந்தியாவில் 16 வகைகளுக்கும் மேற்பட்டக் காடுகள் காணப்படுகின்றன.

அதே நேரத்தில், கடந்த இருநூறு ஆண்டுகளில் இந்தியாவின் வனப்பரப்பு என்பது வேகமாகக் குறைந்து வருகின்றது. இதன் காரணமாக இந்தியாவின் மழை அளவும் குறைந்து வருவது சமீபத்திய ஆய்வுகளில் உறுதி செய்யப்பட்டுள்ளது.

குறிப்பாக, 1980-1990; 2000-2010 காலகட்டங்களில் எடுக்கப்பட்ட ஆய்வுக் குறிப்பின்படி வடக்கு மற்றும் வடகிழக்கு மாநிலங்களில் மழையின் சராசரியில் 25% குறைந்துள்ளது குறிப்பிடத்தக்கது. அதுபோலவே, மேற்குத் தொடர்ச்சி மலைகளின் வனவளம் குறைந்துவருகின்ற காரணத்தினால் தமிழகத்துக்குக் கிடைக்கவேண்டிய மழையின் அளவு பெரிதும் குறைந்துள்ளது. தமிழகத்தின் மழையின் சராசரி என்பது 960 மிமீ ஆகும். அவற்றில் 33% சதவீதம் தென்மேற்குப் பருவமழையாகத்தான் கிடைக்கின்றது. ஆனால், தற்போது நிலவும் தட்பவெப்ப நிலை மற்றும் காடு அழித்தல் காரணமாக இவற்றில் பெரும்பகுதி மழை நீராக நமக்குக் கிடைப்பதில்லை.

இந்திய கானக அளவை நிறுவனம் (Forest Survey of India) 2021 ஆம் ஆண்டு வெளியிட்ட அறிக்கையின்படி தற்போது நாடு முழுவதும் 7,13,789 சதுர கி.மீ (80.9 மில்லியன் ஹெக்டேர்) காடுகள் உள்ளதை உறுதிப்படுத்தி உள்ளது. கூடுதலாக 17 மாநிலங்களில், அவற்றின் மொத்த நிலப்பரப்பில் 33% காடுகளும் மரப்போர்வைகளும் இருப்பதாகவும் அறிவித்துள்ளது. தமிழகத்தைப் பொறுத்தவரை தற்போது 23.9% அளவே காடுகளும் மரப்போர்வைகளும் உள்ளன. தமிழகம் 33% எட்டுவதற்கு 35 கோடி மரக்கன்றுகளை நடவு செய்ய வேண்டும். அவற்றுள் 60–65% அடுத்த பத்து ஆண்டுகளுக்கு உயிர் பிழைத்து இருந்தால் மட்டுமே நாம் இலக்கை அடைய முடியும். அதேசமயம், எந்த மாதிரியான மரங்களை நடவு செய்ய வேண்டும் என்ற தகவல்களை 'இயல் மரங்களை வளர்ப்போம்!' என்ற கட்டுரையில் குறிப்பிட்டுள்ளேன்.

தாவரங்களின் தற்போதைய நிலைமை

Intergovernmental Science-Policy Platform on Biodiversity and Ecosystem Services (IPBES) அறிக்கையின்படி ஒரு வருடத்துக்கு உலகம் முழுவதும் சராசரியாக 1500 கோடி மரங்கள் வெட்டப்படுகின்றன. 1990 வரை 42 கோடி ஹெக்டேர் பரப்பளவில் இருந்த காடுகளை நாம் அழித்துள்ளோம் என்பது மிகவும் வேதனையான விஷயம். ஜூன் 2023ஆம் ஆண்டு கனடாவில் ஏற்பட்ட காட்டுத்தீயினால் மட்டும் பாதிக்கப்பட்ட காடுகளின் பரப்பளவு என்பது 10,000 ஹெக்டேர்.

அமேசான் காடுகளில் அழித்தொழிக்கப்படும் மரங்கள்

இந்தியாவைப் பொறுத்தவரை, அதிகமாகக் காடுகள் அழிக்கும் நாடுகளில் இரண்டாவது இடத்தில் உள்ளது. 2018-2022 காலகட்டம் வரை 89,000 ஹெக்டேர் பரப்பளவில் உள்ள காடுகளை மத்திய மற்றும் மாநில அரசுகளின் திட்டங்களுக்காக நாம் அழித்துள்ளோம். 2023ஆம் ஆண்டு நிக்கோபார் தீவுகளில் மட்டும் ஒன்பது லட்சம் மரங்களைப் பலவிதமான திட்டப் பணிகளுக்காக வெட்ட ஆணை வழங்கப்பட்டுள்ளது என்பது அதிர்ச்சி அளிக்கும் செய்தியாகும். காடுகள் அழிய அழிய, புதிய புதிய நோய்த்தொற்றுகள் ஏற்படும் என்பதை உலக சுகாதார மையம் மிகத் தெளிவாகக் கூறியுள்ளது.

இவை போக, 'உலகம் முழுவதும் ஏற்றுமதி செய்யப்படும் மருத்துவத் தாவரங்களில் 80% சதவீதம் காடுகளில் இருந்தே அறுவடை செய்யப்படுகின்றன. இதன் காரணமாகப் பல மூலிகைத் தாவரங்கள் அழிவின் விளிம்பில் உள்ளன' என்கிறது ஆராய்ச்சிக் குறிப்புகள்.

விலங்கினங்கள்
பகுதி: 1 - மீன்கள்

பூமியில் மீன் இனங்கள் தோன்றி 35 கோடி ஆண்டுகளுக்கு மேலாகிறது. சாக்கடல் போன்ற உப்புத்தன்மை அதிகம் உள்ள நீர் நிலைகளைத் தவிர்த்து மற்ற அனைத்து வகையான நீர்நிலைகளிலும் மீன் இனங்கள் வசிக்கின்றன. உறைந்தநிலையில் உள்ள ஆர்க்டிக் ஏரிகளிலும், அண்டார்டிகா கடல்களிலும், கடல்மட்டத்திலிருந்து 3810 மீட்டர் உயரத்தில் பெரு மற்றும் பொலிவியா நாடுகளின் பகுதியில் உள்ள ஆண்டிஸ் மலைத் தொடரில் இருக்கும் தித்திகாக்கா ஏரியில்கூட மீன் இனங்கள் வசிக்கின்றன. சமீபத்திய கணக்கெடுப்பின்படி உலகெங்கிலும் உள்ள நீர்நிலைகளில் 36,640 மீன் இனங்கள் அறிவியல் பூர்வமாகப் பதிவுசெய்யப்பட்டுள்ள. அவற்றில் 18,614 இனங்கள் நன்னீரிலும், 18,026 இனங்கள் கடல்களிலும் வசிக்கின்றன. இவற்றுள் ஆங்லர் மீன் (*Photocorynus spiniceps*) மிகச் சிறிய இனமாக உள்ளது (46 மிமீ). அதேசமயம், மிகப்பெரிய மீன் இனமாக திமிங்கல சுறா (*Rhincodon typus*) 40 அடி நீளமும், 15,000 கிலோ எடையும் கொண்டது.

திமிங்கல சுறா (Photo credit; Maldives Whale Shark Research Programme, Maldives)

நீர் சார்ந்த உணவுச்சங்கிலிகளில் மீன்கள் மற்ற உயிரினங்களுக்கு உணவாகவும், பல நேரங்களில் வேட்டையாடிகளாகவும் திகழ்கின்றன. உதாரணமாக, பசிபிக் சால்மன் மீன்கள் நன்னீர் பகுதிகளில் அதிமுக்கிய உயிரினமாகக் (Keystone species) கருதப்படுகிறது. பொதுவாகவே, இவை கடலில் வசித்தாலும் இனப்பெருக்கம் செய்வதற்காகப் பல ஆயிரம் கிலோ மீட்டர்கள் பயணம் செய்து ஆறு அல்லது ஏரிகளில் மட்டுமே தனது முட்டைகளை இடும். அவ்வாறு இவை பயணம் மேற்கொள்ளும்போது இவற்றை உணவாக உட்கொள்வதற்கென்றே கிட்டத்தட்ட 137 வகையான உயிரினங்கள் காத்திருக்கின்றன. இவற்றில் 5 ஊர்வன, 41 பாலூட்டிகள் மற்றும் 89 பறவை இனங்களும் அடங்கும். மேலும், பசிபிக் சால்மன் வலசை வரும் பருவம் என்பது பொதுவாகவே அந்தப் பகுதியில் வசிக்கும் உயிரினங்களுக்கு உணவுத் தட்டுப்பாடு நிலவும் காலமாகும். எனவே, இந்த 137 உயிரினங்களுக்கும் பிரதான உணவாக இருப்பது சால்மன் மீன்களே. இனப்பெருக்கம் முடிந்தவுடன் லட்சக்கணக்கான எண்ணிக்கையில் சாலமன் மீன்கள் நன்னீரிலேயே இறந்துவிடும். அவை சிதைவடையும்போது நன்னீர் பகுதியில் உள்ள நுண்ணுயிரிகளும் மற்றும் தாவர இனங்களும் செழித்து வளர்வதற்கான தாதுப்பொருட்களை விட்டுச்செல்கிறது. பசிபிக் சால்மன் வலசை வரவில்லை என்றால் இந்த இனங்கள் அனைத்தும் காலப்போக்கில் அழிந்துவிடும் என்பதுதான் நிதர்சனம்.

பசிபிக் சால்மன் (Photo courtesy; USEPA Environmental-Protection-Agency)

அவசியமான உணவு

மீன் என்பது மனிதர்களின் மிக முக்கிய உணவாகப் பல நூற்றாண்டுகளாக இருக்கின்றது. மீன்களில் இருந்து மட்டும்தான் நல்ல தரம் வாய்ந்த புரதம் மனிதருக்குக் கிடைப்பதாக ஆய்வாளர்கள் குறிப்பிடுகிறார்கள். உலகம் முழுவதும் கிட்டத்தட்ட நூறு கோடி மக்களுக்கு மேல் மீன்களில் இருந்து கிடைக்கும் புரதத்தினைச் சார்ந்தே உள்ளார்கள் என்கிறது FAOவின் அறிக்கை. புரதம் மட்டும் அல்லாமல் 'ஒமேகா 3 கொழுப்பு அமிலம்' அதிகளவு மீன்களில்தான் இயற்கையாகவே கிடைக்கின்றது. அதுபோக வைட்டமின் டி, பி2 மற்றும் கால்சியம், பாஸ்பரஸ் போன்ற சத்துகளும், கூடவே இரும்பு துத்தநாகம், அயோடின், மக்னீசியம், பொட்டாசியம் போன்ற தாதுப்பொருட்களும் மீன் உணவின் மூலமாகவே மனிதர்களுக்கு அதிக அளவு கிடைக்கின்றன. தற்போது, ஆண்டொன்றுக்கு 5.2 கிலோவாக இருக்கும் தனிநபர் மீன் உணவு வரும் காலங்களில் 19.4 கிலோவாக உயரும் என்கிறது FAO.

பொருளாதார முக்கியத்துவம்

பொருளாதாரத்தில் பின்தங்கிய நாடுகளில் லட்சக்கணக்கான மக்கள் கடல் மீன்களையே தங்களது வாழ்வாதாரத்துக்காக நம்பி உள்ளார்கள் என்கிறது உலக வங்கியின் அறிக்கை. இதுபோக, 2018 FAOவின் அறிக்கையின்படி உலகம் முழுவதும் மீன்களின் மூலம் கிடைக்கும் பொருளாதாரம் என்பது கிட்டத்தட்ட ரூபாய் 13,61,600 கோடிகள் என்று கூறுகிறது. மீன்பிடித்தல் மற்றும் அது சார்ந்த தொழில்களில் நேரடியாகவும் மறைமுகமாகவும் ஈடுபடுபவர்களின் எண்ணிக்கை மட்டும் 5.85 கோடி பேர். இதில் 1.22 கோடி பேர் பெண்கள் என்பது குறிப்பிடத்தக்கது.

பொதுவாகவே, அதிக அளவு மீன்கள் கடலில் இருந்துதான் பிடிக்கப்பட்டன. ஆனால், சமீப ஆண்டுகளில் கடல்மீன்களுக்கு நிகராக உள்நாட்டு நன்னீர் மீன் வகைகளும் விற்பனைக்கு வருகின்றன. இவை ஏரி, ஆறு மற்றும் மீன் பண்ணைகளிலிருந்து பிடிக்கப்பட்டவை ஆகும். உதாரணமாக 2018ஆம் ஆண்டு கால கட்டத்தில் பிடிக்கப்பட்ட மீன்களின் அளவு என்பது 17.9 கோடி

டன் ஆகும். இவற்றுள் 8.2 கோடி டன் நன்னீர் மீன் வகைகள் 9.7 கோடி டன் கடல் மீன் வகைகள்.

உணவு வகை மீன்களைத் தவிர்த்து அதிக அளவு அழகு மீன்களும் வணிக ரீதியாக லாபம் அளிக்கிறது. உலகம் முழுவதும் ஒரு வருடத்துக்கு 200 கோடி அழகு மீன்கள் விற்பனை செய்யப் படுகின்றன. இதன் சந்தை மதிப்பு 1500 கோடி அமெரிக்க டாலர்கள் ஆகும். 2020-21 ஆண்டுகளில் அழகு மீன்கள் ஏற்றுமதியின் மூலம் இந்தியா ஈட்டியது ரூபாய் 13.8 கோடிகள் ஆகும்.

உணவு மற்றும் பொருளாதாரப் பங்களிப்பினைத் தொடர்ந்து, கொசுக்களின் லார்வாக்களை மீன்கள் பெருமளவு வேட்டையாடி உண்பதன் மூலம் மனிதர்களுக்குக் கொசுக்களின் மூலம் பரவும் நோய்களைப் பெருமளவு கட்டுப்படுத்துகிறது. அதுபோக, பல மருந்து தயாரிப்பு ஆய்வுக்கூடங்களில் பெருமளவு ஆய்வுக்கு உட்படுத்தப்படும் இனமாக மீன்கள் உள்ளன.

தற்போதைய நிலைமை

1990களிலேயே உலகம் முழுவதிலும் 20% நன்னிர் மீன் இனங்கள் அழிந்துவிட்டதாக ஆய்வாளர்கள் குறிப்பிடுகிறார்கள். எஞ்சி இருக்கும் பல நன்னீர் மீன் இனங்கள் அழிவின் விளிம்புகளில் இருப்பதாகக் குறிப்புகள் உள்ளன. நீர்நிலைகள் மாசுபடுவதால் தண்ணீரில் ஏற்படும் வேதியல் மற்றும் உயிரியல் மாற்றங்கள் காரணமாகப் பல மீன் இனங்கள் அழிவதாக ஆராய்ச்சித் தரவுகள் சுட்டிக்கட்டுகின்றன. மேலும் தடை செய்யப்பட்ட வலைகளைப் பயன்படுத்தி மீன்பிடித் தொழிலில் பலர் ஈடுபடுவதனாலும் அதிவேகமாக மீன் இனங்கள் அழிந்து வருகின்றன. கூடுதலாகத் தற்போதைய காலநிலை மாற்றம் மிகப்பெரிய தாக்கத்தை நீர்நிலைகளில் ஏற்படுத்துவதினால் பல மீன் இனங்களின் இருப்பு என்பது வரும் காலங்களில் கேள்விக்குறியாகும்.

அதுபோக, பெரும் அளவில் அறிமுகப்படுத்தப்படும் அன்னிய மீன் இனங்கள் உலக அளவில் உள்நாட்டு மீன் இனங்களின் அழிவுக்குக் காரணமாக இருக்கின்றது. இந்தியாவைப் பொறுத்தவரை 3231 வகையான உள்நாட்டு மீன் இனங்கள்

பதிவு செய்யப்பட்டுள்ளன. இவற்றில் 788 நன்னீர் இனமாகும், 2443 கடல் இனமாகும். இருப்பினும் கடந்த 100 ஆண்டுகளில் இந்தியாவில் 31 வகையான பண்ணை குட்டை மீன்களும், 600 அழகு மீன் இனங்களும், இரண்டு கொசுக்களைக் கட்டுப்படுத்தும் அன்னிய மீன் இனங்களும் வெவ்வேறு காலகட்டங்களில் அரசாலும் தனியாராலும் அறிமுகப்படுத்தப்பட்டது. அவற்றுள் தற்போது 55 அன்னிய மீன் இனங்கள் பரவலாக நன்னீரில் காணப்படுவதாக ஆராய்ச்சிக் குறிப்பு உள்ளது. இவற்றில் 14 மீன் இனங்கள் ஆக்கிரமிப்பு இனங்களாக மாறி, மிகப்பெரிய சேதாரத்தினை இந்தியாவின் நன்னீர் பல்லுயிர் பன்மைக்கு ஏற்படுத்தி வருவதை சமீபத்திய ஆய்வுகள் தெளிவுப்படுத்தியுள்ளன. டேங்க் கிளீனர் மீன் (*Pterygoplichthys pardalis*) என்று அழைக்கப்படும் அழகு வகை சார்ந்த மீன் இனம் நீர்நிலைகளில் ஏற்படுத்தி வரும் மாற்றம் அனைவரும் அறிந்ததே. அதுபோலவே, நாட்டு மீன் இனங்கள் பெருமளவில் அழித்துவரும் ஆப்பிரிக்கக் கெளுத்தி வகை மீன்கள் வளர்ப்பதற்கு 23 ஆண்டுகளுக்கு முன்பே இந்திய தேசிய பசுமை தீர்ப்பாயம் தடை விதித்ததை நாம் இங்கே நினைவில் கொள்ள வேண்டும். இருப்பினும், அவை இன்றளவும் உள்ளூர் சந்தைகளில் விற்கப்படுவதை யாராலும் மறுக்க இயலாது.

டேங்க் கிளீனர், மற்றும் ஆப்பிரிக்கக் கெளுத்தி மீன் இனங்கள் ஏற்படுத்தும் பொருளாதார மற்றும் பல்லுயிர் பன்மை தீங்குகளை அறிந்து கொள்ள https://www.youtube.com/c/3rdPLANET2019, என்ற எனது YouTube தளத்தில் உள்ள impacts of Suckermouth catfish, Impacts of African cattish என்ற காணொளிகளைப் பார்க்கவும்.

பொதுவாகவே மீன் இனங்களின் அழிவு என்பது நீர் நிலைகள் சார்ந்த சூழ்நிலை மண்டலங்களையும், அந்தப் பகுதி பொருளாதாரத்தையும் பெருமளவில் பாதிக்கும். எனவே, அறிவியல் பூர்வமாக மீன் இனங்களைக் காப்பாற்றுவதற்கு நாம் முக்கியத்துவம் கொடுக்க வேண்டும். அதிலும் குறிப்பாக, உட்பிரதேசத்துக்குரிய உயிரி (*endemic species*) என்று அறியப்படுகின்ற இனங்களைக் கட்டாயமாகக் காத்திட வேண்டும். இதற்கான சட்ட வரையறைகளையும், செயல் அறிக்கைகளையும் போர்க்கால அடிப்படையில் தயாரித்துச் செயல்படுத்த வேண்டும்.

விலங்கினங்கள்
பகுதி: 2 - இருவாழ்விகள், ஊர்வன, பறவைகள்.

இருவாழ்விகள்

நீர் மற்றும் நிலத்தில் வாழும் தன்மை கொண்ட உயிரினங்களான தவளைகள், தேரைகள் மற்றும் சாலமண்டார்கள் போன்ற உயிரினங்கள் இருவாழ்விகள்/நீர்நில வாழிகள் என அழைக்கப்படுகின்றன. இவற்றுள் பெரும்பான்மையான உயிரினங்கள், இனப்பெருக்கக் காலத்தில் நீர் நிலைகள் இருக்கும் பகுதியில் தங்கள் முட்டைகளை இடுகின்றன. இளம் உயிரிகள் வளர்பருவத்தை நீரிலேயே கழிக்கின்றன. சற்றே வளர்ந்ததும் இவை நிலத்திலும் வாழும் தகவமைப்பைப் பெற்றுவிடுகின்றன; காலப்போக்கில் நீர் மற்றும் நிலத்தில் சுவாசிக்கும் தன்மையுடன் விளங்குகின்றன. இதன் காரணமாகவே அவை தங்களுக்குத் தேவையான உணவை நீர் மற்றும் நிலத்திலும் வேட்டையாடும் தன்மை உடையனவாக இருக்கின்றன. இருவாழ்விகள் பெரும்பாலும் சமவெளிகளில் உள்ள நீர்நிலைகள், பசுமை மாறாக் காடுகள் போன்ற வாழிடங்களில் உள்ள உணவுச் சங்கிலியில் இரை மற்றும் முதன்மை வேட்டையாடிகள் என இருவேறு முக்கிய பங்களிப்புகளை வழங்குகிறது. நீர்நிலைகளில் இரு வாழ்விகளின் எண்ணிக்கைக் குறைபாடு என்பது அந்த வாழிடம் சிதைவடைந்து வருவதை முன்கூட்டியே எடுத்துரைக்கும் ஓர் எச்சரிக்கைச் செய்தியாகப் பார்க்கப்படுகிறது.

இயற்கையான வாழிடங்கள் மட்டும் அல்லாமல் மனிதனால் உருவாக்கப்பட்ட செயற்கையான வாழிடங்களான விவசாய நிலங்களிலும் இருவாழ்விகள் மிக முக்கிய உயிரினமாகும். ஓர் ஏக்கர் பரப்பளவில் பயிரிடப்பட்ட நெல்பயிரைத் தாக்கி, தீங்கிழைக்கும்

பூச்சிகள் அனைத்தையும், 50 முதிர்ச்சி அடைந்த தவளைகள் அழித்தொழிக்கும் திறன் உடையவையாகக் கண்டுணரப்பட்டுள்ளது. 'ஆயிரம் டன் தவளைகள், ஒரு நாளைக்கு நூறு டன் தீங்கிழைக்கும் பூச்சிகளை அழிக்கும் ஆற்றல் உடையவை' என்கிறது பம்பாய் இயற்கை வரலாற்றுச் சங்கத்தின் (BNHS) ஆய்வு அறிக்கை.

உலகெங்கிலும் உள்ள இருவாழ்விகளில் 40.7% பெரும் ஆபத்துகளை எதிர்நோக்கி உள்ளதாகவும் கூடிய விரைவில் அவை பூமியிலிருந்து முற்றிலுமாக அழிந்துவிடும் சாத்தியக்கூறுகள் உள்ளதாகவும் பன்னாட்டு இயற்கைப் பாதுகாப்பு ஒன்றியம் (IUCN) 2022 காலகட்டத்தின் ஆய்வு அறிக்கைகள் கூறுகின்றன. காடுகளின் அழிவு மற்றும் நன்னீர் மாசுபடுதல், கூடுதலாக வயல்வெளிகளில் தெளிக்கப்படும் பூச்சிமருந்துகளும் இவ்வளவு பெரிய எண்ணிக்கைக் குறைவுக்குக் காரணமாக உள்ளன. அதுபோக, உணவுக்காக இருவாழ்விகள் பல வகையிலும் வேட்டையாடப்படுவது மிகவும் அதிர்ச்சியான ஒரு தகவல் ஆகும். எடுத்துக்காட்டாக, தவளைகளை உணவாக உட்கொள்ளும் பழக்கம் என்பது பல ஐரோப்பிய நாடுகளில் இன்றளவும் பரவலாகக் காணப்படுகின்றது. தவளைகள் சூப்பாகவும், வறுவலாகவும் விரும்பி உண்ணப்படுகிறது. குறிப்பாகத் தவளையின் கால்கள் அதிகம் விரும்பி உண்ணப்படும் உணவாக உள்ளது. 2015ஆம் ஆண்டு மட்டும் ஐரோப்பிய ஒன்றிய நாடுகளுக்கு ஏற்றுமதி செய்யப்பட்ட தவளைகளின் எடை என்பது 4234 டன்களாகும். இதில் பெரும்பகுதி ஆசியா பகுதிகளில் உள்ள வனப்பிரதேசங்களிலும் நீர்நிலைகளிலும் வேட்டையாடப்பட்டவை. உலக அளவில் வேட்டையாடப்படும் தவளைகளில் 75% பிரான்ஸ், பெல்ஜியம் மற்றும் அமெரிக்கா நாடுகளில் உணவாக உட்கொள்ளப்படுகின்றன.

1985 அப்துல்அலி அவர்கள், பம்பாய் இயற்கை வரலாற்றுச் சங்கம் (BNHS) நடத்தும் அறிவியல் இதழில் இந்திய வேளாண் ஆராய்ச்சிக் குழுமம் (ICAR) வழங்கிய நிதியில் மேற்கொள்ளப்பட்ட ஆய்வுகளின் (project No. 12-15/73-PP) முடிவுகளை வெளியிட்டுக் கீழ்க்கண்டவற்றைத் தெரிவிக்கிறார். 1980 காலகட்டத்தில் இந்தியாவிலிருந்து ஒரு கோடி தவளைகள் சட்டவிரோதமாக ஐரோப்பிய நாடுகளுக்கு ஏற்றுமதி செய்யப்பட்டது.

பச்சைத் தவளை

இந்திய காளைத் தவளை

(Photo credit; முனைவர் ஜெய்சங்கர், உதவிப் பேராசிரியர், ஸ்காட் கிறிஸ்தவ கல்லூரி, நாகர்கோவில்; எஸ்.ஆர்.கணேஷ், ஆராய்ச்சி இயக்குனர், கலிங்கா ஆராய்ச்சி அறக்கட்டளை, ஆகும்பே.)

1963-1983 காலகட்டத்தில் 41,922 டன் தவளைகளின் கால்களை இந்தியா ஏற்றுமதி செய்துள்ளது. அன்றைய அதன் சந்தை மதிப்பு என்பது 12 கோடி ரூபாய்க்கு மேல். இதனைக் கொண்டு 2 லட்சம் டன் தீங்கிழைக்கும் உயிரினங்களை ஒரு வருடத்துக்குக் கட்டுப்படுத்தி இருக்கலாம் என்று அப்துல்அலி குறிப்பிட்டுள்ளார். 1986க்குப் பிறகு இந்தியா தவளை ஏற்றுமதியைத் தடை செய்துள்ளது. இருப்பினும், சமீப காலம் வரை இந்தியாவுக்கு உள்ளேயே தவளை உணவு மிகவும் சாதாரணமாகவே கிடைத்துக்கொண்டுதான் இருந்திருக்கிறது. உதாரணமாக, கோவா பகுதியைச் சொல்லலாம். இருப்பினும், 2003ஆம் ஆண்டுக்குப் பிறகு கோவாவின் கடலோரப் பகுதிகளில் எங்கும் தவளை வகை உணவுகளை விற்பனை செய்யக்கூடாது என்று கோவா அரசாங்கம் தடை விதித்திருக்கிறது.

அதிகப்படியாக வேட்டையாடப்பட்ட காரணத்தினால் இந்தியாவில் ஒரு காலத்தில் அதிகம் காணப்பட்ட தவளை இனங்களான பச்சைத் தவளை (*Euphlyctis hexadactylus*), இந்திய காளைத் தவளை (*Hoplobatrachus tigerinus*) இன்று வெகுவாகக் காணப்படுவதில்லை. பல பகுதிகளில் முற்றிலுமாக அழிந்தே விட்டன. அதேசமயம், 1998க்குப் பிறகு இந்தியாவில் பயிர்களுக்குத் தீங்கிழைக்கும் பூச்சிகளின் எண்ணிக்கை அதிகரித்ததால் பூச்சி மருந்தின் உபயோகம் அதிகரித்துக்கொண்டே வருகிறது என்பதை யாரும் மறுக்க முடியாது. அதற்குத் தவளைகள் அதிக அளவில் வேட்டையாடப்பட்டதும் ஒரு முக்கிய காரணம் என்பது நாம் இங்கே கவனத்தில் கொள்ள வேண்டும்.

ஊர்வன

பல சூழ்நிலை மண்டலங்களில், அதிலும் குறிப்பாக, தீவுப் பகுதிகளில் ஊர்வன வகையைச் சார்ந்த விலங்குகள் உணவுச் சங்கிலியில் மிக முக்கியமான பங்கு வகிக்கின்றன. தீவுப் பகுதிகளில் உள்ள தாவரங்களின் மகரந்தச்சேர்க்கைக்கும் விதைப்பரவலுக்கும் இவற்றின் பங்கு என்பது பெருமளவில் உள்ளதாக 2007ஆம் ஆண்டுக்குப் பிறகு வந்த பல ஆராய்ச்சிக் குறிப்புகள் கூறுகின்றன.

உதாரணமாக, மொரிசியஸ் தீவுப் பகுதிகளில் காணப்படும் நீலவால் கரட்டை பல்லி (*Phelsuma cepediana*) அங்கே காணப்படும் *Trochetia blackburniana* என்ற தாவரத்தின் மகரந்தச் சேர்க்கைக்கு மிக

முக்கிய பங்கு வகிக்கின்றது. இதனை உறுதிப்படுத்துவதற்காக *Trochetia blackburniana* தாவரங்கள் அதிகம் காணப்பட்ட ஒரு பகுதியில் இருந்த பல்லிகள் அனைத்தும் அகற்றப்பட்டன. அடுத்தடுத்த ஆண்டுகளில் அந்தப் பகுதியில் இருந்த தாவரங்களால் விதைகளை உற்பத்தி செய்ய இயலவில்லை என்பதை அறிவியல்பூர்வமாக ஆராய்ச்சியாளர்கள் நிரூபித்துள்ளார்கள்.

கூடுதலாக, முதலை போன்ற ஊர்வன இனங்கள் பல நீர் நிலைகளில் keystone species என்று அழைக்கப்படும் அதி முக்கிய உயிரினங்களாக இருக்கின்றன. அவற்றை அந்த வாழிடங்களில் இருந்து அப்புறப்படுத்தும்போது அந்த வாழிடங்கள் சில வருடங்களில் சுத்தமாகச் சிதைந்துவிடும் என்று ஆராய்ச்சியாளர்கள் எச்சரிக்கிறார்கள்.

உலகின் பல பகுதிகளில் புரதத் சத்துக்காக ஊர்வன இனங்கள் உணவாக உட்கொள்ளப்படுகின்றன. மேலும் முதலை, பாம்பு போன்ற இனங்களின் தோல்களில் இருந்து பணப்பை, பெல்ட், தோல் பை, காலணி போன்றவை செய்யப்படுகின்றன.

இது தவிர, உலகின் பல பகுதிகளில் செல்லப்பிராணிகளாக ஊர்வன வகைகள் வளர்க்கப்படுகின்றன. உதாரணமாக, அமெரிக்காவில் இருக்கும் 3% மக்கள்தொகை பாம்பு, உடும்பு, ஆமை போன்றவற்றைத் தங்களுடைய செல்லப்பிராணிகளாக வளர்க்கின்றார்கள்.

இந்தியாவைப் பொறுத்தவரை, குறிப்பாக சோழ சாம்ராஜ்யம் பல தென்கிழக்கு ஆசிய நாடுகளில் பரவுவதற்குக் காரணமாக இருந்தவை கடல்ஆமைகள்தான் என்று தன்னுடைய ஆராய்ச்சிக் குறிப்புகளில் பல இடங்களில், சமீபத்தில் (2023) மறைந்த ஒரிசா பாலு அவர்கள் குறிப்பிட்டது இங்கே கவனத்தில் கொள்ள வேண்டிய ஒன்று.

கர்நாடகாவில் உள்ள தும்கூர் பகுதியில், விவசாய நிலங்களில் அறிமுகப்படுத்தப்பட்ட சாரைப்பாம்புகள் பெரும் அழிவினை செய்து வந்த எலிகளை அழித்துக் கட்டுக்குள் கொண்டு வந்தன என்று நிரூபித்துள்ளார்கள். மேலும், நன்கு வளர்ந்த ஒரு சாரைப்பாம்பு ஒரு வருடத்துக்கு 80 எலிகளைச் சாப்பிடுவதாக ஆராய்ச்சியாளர்கள்

குறிப்பிடுகிறார்கள். அதுபோக, ஒரு சாரைப்பாம்பானது 3 ஏக்கர் விவசாயப் பரப்பில் இருக்கும் எலிகளை அழிக்கும் ஆற்றல் உடையதாக உள்ளது என்று கள ஆய்வு முடிவுகள் குறிப்பிடுகின்றன.

உலகம் முழுவதும் இதுவரை 10,196 ஊர்வன வகை விலங்குகள் பதிவு செய்யப்பட்டுள்ளன. அவற்றுள் 1829 (21.1%) விலங்குகள் பலவிதமான அச்சுறுத்தல்களைச் சந்தித்து வருகின்றன. அதிலும் குறிப்பாக, 578 இனங்கள் அருகி வரும் உயிரினங்களாகக் கருதப்படுகின்றன. இவற்றின் அழிவு என்பது எதிர்காலத்தில் மிகப்பெரிய உணவு மற்றும் பொருளாதாரச் சிக்கலை ஏற்படுத்தக் கூடும்.

பறவைகள்

ஆதிகாலத்திலிருந்தே பறவை இனங்கள் இருக்கின்ற காரணத்தினால் மட்டுமே நாம் சுவாசிக்கும் பிராணவாயு போதுமான அளவு நமக்குக் கிடைக்கிறது என்று சொன்னால் நமக்கு ஆச்சரியமாக இருக்கும். 'காடுகளில் வசிக்கும் பறவைகள் விதைகளைப் பரப்புவதின் மூலமாக மட்டுமே இன்றும் 75% தாவர இனங்கள் நிலைத்து நிற்கின்றன' என்று பறவையியல் ஆராய்ச்சியாளர்கள் குறிப்பிடுகிறார்கள்.

பறவைகளைப் பற்றி விரிவாகச் 'சூழலியலில் பறவைகளின் முக்கியத்துவம்' என்ற தலைப்பில் உள்ள கட்டுரையில் விவரிக்கப் பட்டுள்ளது.

விலங்கினங்கள்
பகுதி: 3 - பாலூட்டிகள்

உலகம் முழுவதும் இதுவரை கிட்டத்தட்ட 6,400 பாலூட்டி வகைகள், அனைத்து விதமான வாழிடங்களிலும் இருக்கின்றன என்று ஆராய்ச்சியாளர்களால் பதிவுசெய்யப்பட்டுள்ளன. மற்ற உயிரினங்கள், பொதுவாக வசிக்க இயலாத, மிகவும் கடினமான தட்பவெப்ப நிலைகளைக் கொண்ட சூழ்நிலை மண்டலங்களான பாலைவனம் முதல் அதிக உயரங்களில் உறைந்து காணப்படும் பனி மலைகளிலும், உறைந்த நிலையில் உள்ள கடல்களிலும்கூட காணப்படுகின்றன. மேலும், மிகச் சிறிய கிட்டிப் பன்றி மூக்கு வெளவால் (Kitti's hog-nosed bat/ bumblebee bat *Craseonycteris thonglongyai*) (29-33 மிமீ.; 1.7 கிராம்) முதற்கொண்டு, நிலத்திலேயே மிகப்பெரிய உயிரினமான ஆப்பிரிக்க யானை (4 மீட்டர்; 6,300 கிலோ) முதல், உலகில் இன்று வாழ்ந்துகொண்டிருக்கும் மிகப்பெரிய உயிரினமான நீலத் திமிங்கிலங்கள் (33.5 மீட்டர்: 1,50,000 கிலோ) வரை பாலூட்டிகள் இனத்தைச் சார்ந்தவையே ஆகும்.

சாதாரணமாகவே, பல உணவுச்சங்கிலிகளில் பாலூட்டிகள் தவிர்க்க இயலாத விலங்குகளாக அறியப்படுகின்றன. பெரும்பாலும் இவை சிறந்த வேட்டையாடிகளாக உள்ளன. உணவுச்சங்கிலிகளில் அவை தாவர, மாமிச மற்றும் அனைத்துண்ணிகளாகவும் இருந்து, அந்தச் சூழ்நிலை மண்டலத்தில் ஆற்றல் ஓட்டம் (energy flow) தங்குதடையின்றிச் செல்ல வழி செய்கின்றன. மேலும், கனிமங்கள் மற்றும் ஊட்டச்சத்துச் சுழற்சிக்கும் பெரிதும் உதவுகின்றன.

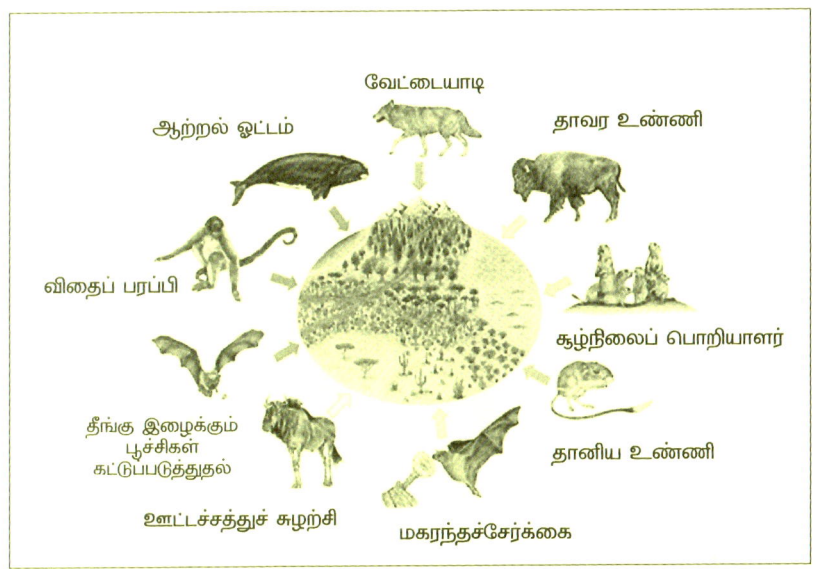

Photo credit - Lacher, T.E., Jr., A.Davidson.

பாலூட்டிகள் ஒரு சூழ்நிலை மண்டலத்திலிருந்து அழிய நேர்ந்தால் அந்தச் சூழ்நிலை மண்டலத்தின் சமநிலை பெருமளவில் பாதிக்கப்படுவதை பல இடங்களில் ஆராய்ச்சியாளர்கள் பதிவு செய்திருக்கிறார்கள். எடுத்துக்காட்டாக, அமெரிக்காவில் உள்ள யெல்லோஸ்டோன் சூழ்நிலை மண்டலங்களில் இருந்து ஓநாய்கள் அழிந்த பிறகு மான்களின் எண்ணிக்கை அதிகரித்ததையும், அதன் தொடர்ச்சியாக, தாவர உண்ணிகளின் ஆதிக்கம் பெருகியதையும் ஆராய்ச்சியாளர்கள் பதிவுசெய்திருக்கிறார்கள்.

பின்பு, 1800 காலகட்டத்தில் மீண்டும் ஓநாய்கள் அந்தச் சூழ்நிலை மண்டலத்தில் மறுஅறிமுகம் செய்யப்பட்டபோது மான்களின் எண்ணிக்கை கட்டுக்குள் வந்ததையும் அதனால் ஏற்பட்ட பாதிப்புகள் இயற்கையாகவே சரி செய்யப்பட்டதையும் இங்கே குறிப்பிடலாம். இந்தியாவைப் பொறுத்தவரை புலிகளின் எண்ணிக்கை அதிகம் உள்ள காடுகள் வளமாக இருப்பதைப் பல ஆராய்ச்சிகள் அறிவியல்பூர்வமாக உறுதிப்படுத்தியுள்ளன. பல வாழிடங்களில் முதன்மை மாமிச உண்ணிகளான (primary carnivores) சிங்கம், புலி, ஓநாய்கள், சிறுத்தை போன்ற பாலூட்டிகள் இருக்கின்ற

பழுப்பு வவ்வால்

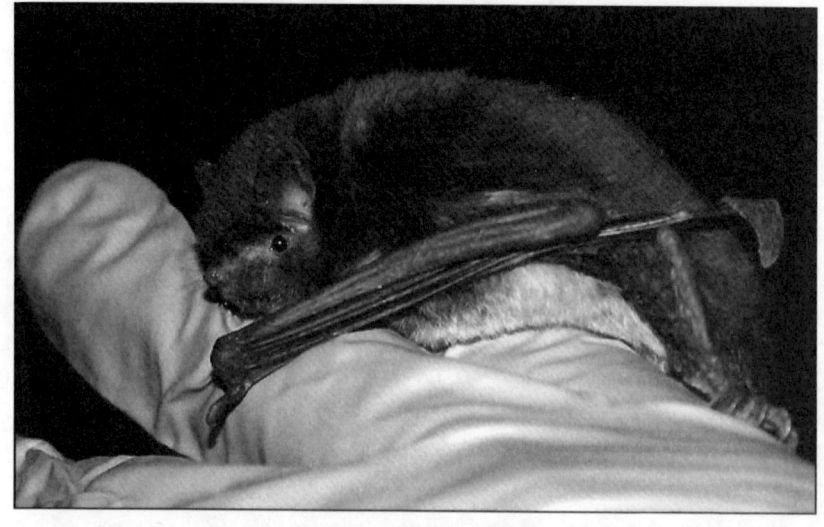

Southeastern myotis

(Photo credit: U.S. Fish and Wildlife Service Headquarters & Larisa Bishop-Boros).

காரணத்தினாலேயே இன்றும் பல சூழ்நிலை மண்டலங்கள் தன் இயல்புடன் நீடித்து நிற்கின்றன.

அதுபோல, உருவத்தில் சிறிய வவ்வால் போன்ற இனங்கள், பல தாவரங்களின் மகரந்தச்சேர்க்கைக்கும் விதை பரவலுக்கும் மிகப்பெரிய அளவில் உதவி புரிகின்றன. மேலும், விவசாய நிலங்களில் தீங்கிழைக்கும் பூச்சிகளை அதிக அளவில் வவ்வால்கள் வேட்டையாடுவதைப் பல ஆராய்ச்சிக் கட்டுரைகள் எடுத்துக்காட்டுகின்றன.

சான்றாக, வட அமெரிக்கப் பகுதிகளில் உள்ள பழுப்பு வவ்வால் *(Myotis lucifugus)* ஒரு மணி நேரத்தில் சிறிய கொசு அளவு உள்ள 1200 பூச்சிகளை வேட்டையாடுவதை ஆராய்ச்சியாளர்கள் பதிவுசெய்து இருக்கிறார்கள். மற்றும் *Eptesicus fuscus* என்ற பழுப்பு வவ்வால்கள், வெள்ளரிக்காய் கொடிகளுக்கு தீங்கிழைக்கும் cucumber beetle என்று அழைக்கப்படும் கரும்புள்ளிச் செவ்வண்டுகளை பெருமளவில் உணவாக உட்கொள்கின்றன.

150 அளவு எண்ணிக்கைக் கொண்ட ஒரு வவ்வால் குடும்பம் வருடத்துக்கு மூன்று கோடி கரும்புள்ளிச் செவ்வண்டினை உணவாக உட்கொள்கிறது. இதன் மூலம் வட அமெரிக்கா பகுதி விவசாயிகள் ஒரு வருடத்துக்கு பல நூறு கோடிகள் லாபம் பெறுகிறார்கள்.

அமெரிக்காவின் ஃப்ளோரிடா மாநிலத்தில் 30,000 அளவில் உள்ள *Southeastern myotis* என்ற வவ்வால் இனமானது ஒரு வருடத்துக்கு 50 டன் அளவுக்குத் தீங்கிழைக்கும் பூச்சிகளை உண்பது ஆய்வில் தெரியவந்துள்ளது. அவற்றில் 15 டன் கொசுக்கள் என்பது இங்கு முக்கியமான ஒன்று. கூடுதலாக, மெக்ஸிகோ பகுதியில் வாழும் *Tadarida brasiliensis* வவ்வால் இனங்கள் மூலம் உருவாகும் எச்சம் என்பது விவசாய நிலங்களுக்கு மிகப்பெரிய இயற்கை உரமாக உள்ளது. 1903 முதல் 1923 வரை கிட்டத்தட்ட ஒரு லட்சம் டன் அளவுக்கு இந்த வவ்வால்களின் எச்சம் அப்புறப்படுத்தப்பட்டு பழச்செடிகளை வளர்க்கும் விவசாயிகளுக்கு இயற்கை உரமாக கொடுக்கப்பட்டது.

தொழிற்புரட்சிக்கு முந்தைய காலகட்டத்தில் விவசாயத்துக்கு பெரும் உடல் உழைப்பினைக் கொடுத்தது இந்தப் பாலூட்டி

இனங்கள்தான் என்பதையும் இங்கே நாம் நினைவில் கொள்ள வேண்டும். இன்றளவும் பல மலைப்பிரதேசங்களில் மாடுகள் விவசாயத்துக்குப் பெரிதும் உதவுவதை நாம் பார்க்கலாம்.

அதுபோக, பாலூட்டிகள் பல லட்சம் மனிதர்களுக்கு உணவாகவும், அதனுடைய பாலைக் கொண்டு தொழில் செய்வதன் மூலமும் பொருளாதார மற்றும் உணவுத் தேவைகளை அதிக அளவில் பூர்த்தி செய்கின்றன என்று கூறினால் அது மிகையல்ல. மேலும், பாலூட்டிகளிடமிருந்து நமக்குக் கிடைக்கும் பால் வகை சார்ந்த பொருட்கள் குறிப்பாகப் பால், தயிர், வெண்ணெய் போன்றவை மிகப் பெரிய உணவுச் சந்தையைத் தக்க வைத்துள்ளன.

இன்றைய காலகட்டங்களில் மனிதர்களிடம் சகஜமாகக் காணப்படும் மனஅழுத்தத்தை இயற்கையாகவே பல பாலூட்டி இனங்கள் நீர்த்துப்போகச் செய்கின்றன. நாம் செல்லமாக வளர்க்கும் நாய், பூனை போன்ற விலங்குகள் மனிதர்களின் மனநிலையை அறிந்துகொண்டு தேர்ந்த மனநல வல்லுநர் போல் செயல்படுகின்றன. மேலும், பாலூட்டிகளின் ரோமங்களில் இருந்து உற்பத்தி செய்யப்படும் கம்பளிகள், தோல்களில் இருந்து உற்பத்தி செய்யப்படும் ஆடைகள், கடும் குளிரிலிருந்து மனிதனைக் காக்கும் கவசமாகச் செயல்படுகின்றன.

தற்போதைய நிலை

உலகெங்கும் பாலூட்டிகளின் எண்ணிக்கை பல நெடுங்காலமாக வெகுவாகக் குறைந்துகொண்டு வருகின்றன. 2008 IUCN கணக்கெடுப்பின்படி 1141 பாலூட்டி இனங்கள் பலவிதமான அச்சுறுத்தல்களைச் சந்தித்து வருகின்றன. கடந்த 1500 வருடங்களில் 76 பாலூட்டிகள் பல வாழிடங்களில் இருந்து முற்றிலுமாக அழிந்துவிட்டன. உதாரணமாக, இந்திய சிவிங்கிப் புலி, வடக்கு வெள்ளை காண்டாமிருகம், தாசுமேனிய ஓநாய், ஸ்டெல்லரின் கடல்மாடு போன்றவற்றைக் குறிப்பிடலாம். மேலும், இன்னும் பல பாலூட்டிகள் அழிவின் விளிம்பில் நிற்கின்றன. அதுபோக, கிட்டத்தட்ட 836 பாலூட்டிகளைப் பற்றிய தரவுகள் இதுவரை சரிவர கிடைக்கவில்லை. உலகம் முழுவதும் பாலூட்டிகள் உணவுக்காகவும் பொருளாதார மேம்பாட்டுக்காகவும் அடர்ந்த காடுகளிலும்,

உறைந்த கடல், மலை பகுதியிலும் தொடர்ந்து மனிதர்களால் வேட்டையாடப்பட்டுக்கொண்டுதான் இருக்கின்றன. குறிப்பாக, துப்பாக்கி பழக்கத்துக்கு வந்த பிறகு 11 ஐரோப்பிய நாடுகளில் ஓநாய் இனங்கள் முற்றிலுமாக அழிந்துவிட்டன. இரண்டாம் உலகப்போர் முடிந்து 20 ஆண்டுகளில் யுகோஸ்லோவியா நாட்டில் மட்டும் 80 ஆயிரம் ஓநாய்கள் வேட்டையாடப்பட்டதாக 'விண்ணளந்த சிறகு' கட்டுரைத் தொகுப்பில் தியடோர் பாஸ்கரன் அவர்கள் குறிப்பிட்டுள்ளார்.

உலகின் மிகப்பெரிய உயிரினமான திமிங்கிலங்கள்கூட மனிதனால் சர்வ சாதாரணமாக வேட்டையாடப்படுகின்றன. இவற்றை வேட்டையாடுவதற்கு என்று பிரத்தியேகமான வேட்டையாடும் கருவிகள் மற்றும் கப்பல்கள் வடிவமைக்கப் படுகின்றன என்பது பலரும் அறிந்திராத ஒன்று. நான்காயிரம் ஆண்டுகளுக்கு முன்பு தொடங்கி இன்று வரை திமிங்கில வேட்டை நடந்துகொண்டுதான் இருக்கிறது. 17ஆம் நூற்றாண்டில் அட்லாண்டிக் கடல்களில் தொடர் வேட்டை காரணமாகத் திமிங் கலங்களின் எண்ணிக்கை அரிதாகியது. அதனைத் தொடர்ந்து,

வேட்டையாடப்பட்டத் திமிங்கிலங்களின் ரத்தம் காரணமாக நிறம் மாறிய கடல்!
2018ஆம் ஆண்டு, ஸ்காட்லாந்துக்கு வடக்கே 200 மைல் தொலைவில் உள்ள பரோயே தீவுகள் (Faroe Islands).
Photo credits: Judith Vonberg and Lauren Kent, CNN.

அமெரிக்கா போன்ற நாடுகள் தங்களுடைய திமிங்கல வேட்டையினை ஆர்க்டிக் மற்றும் அண்டார்டிக் பகுதிகளிலும் விரிவுபடுத்தினர். உலகெங்கிலும் ஒரு வருடத்துக்குச் சராசரியாக மூன்று லட்சம் திமிங்கிலங்கள் வேட்டையாடப்படுவதாகக் குறிப்புகள் கூறுகின்றன. 2018ம் ஆண்டு, ஜப்பான் மட்டும் 640 திமிங்கலங்களை வேட்டையாடி உள்ளது. 2022 காலகட்டத்தில் நார்வே மட்டும் 580 திமிங்கலங்களை வேட்டையாடி உள்ளது. தற்போது பரவலாக பல நாடுகளிலும் திமிங்கலவேட்டை என்பது தடை செய்யப்பட்டுள்ளது. இருப்பினும் பல நூறு திமிங்கலங்கள் உலகம் முழுவதும் மீன்பிடி வலைகளில் சிக்கி இறந்துகொண்டுதான் இருக்கின்றன.

கூடுதலாக வாழிடங்கள் சிதைக்கப்படுவதால் பெரிய பாலூட்டிகள் பெரும் சிக்கல்களைச் சந்தித்து வருகின்றன. உதாரணமாக யானை, பனிச்சிறுத்தை மற்றும் புலி இனங்களைக் கூறலாம். இவற்றின் காரணமாகப் பல இடங்களில் மனித x விலங்கு மோதல்கள் ஏற்படுவது இன்று சகஜமாக உள்ளன.

முன்பே குறிப்பிட்டதுபோல், பாலூட்டிகள் ஒரு வாழிடத் திலிருந்து அழியும் பட்சத்தில் வெகு விரைவில் அந்த வாழிடம் சரிசெய்ய முடியாத இழப்புகளைச் சந்திக்கும் என்பதை எப்போதும் நாம் நினைவில் கொள்ள வேண்டும்.

தீங்கிழைக்கும் பல்லுயிர்கள்

முந்தைய கட்டுரைகள் அனைத்திலும் பல்லுயிர் பன்மையினால் மனிதகுலத்துக்கு கிடைக்கும் மருத்துவ, பொருளாதார மற்றும் சுற்றுச்சூழல் நன்மைகளைப் பற்றிச் சுருக்கமாக விவரித்து இருந்தேன். அதைப் படித்த பிறகு, உங்களில் பலருக்குப் பல்லுயிர் பன்மையினால் ஏற்படும் பொருளாதார, சுற்றுச்சூழல் மற்றும் மனித உயிர் இழப்புகளைப் பற்றி நான் விவாதிக்கவில்லை என்று தோன்றலாம். அதனைப் போக்கும் விதமாகவே இந்தக் கட்டுரை வடிவமைக்கப்பட்டு உள்ளது.

தீங்கிழைக்கும் நுண்ணுயிரிகள்

உலகம் முழுவதும் ஒரு ஆண்டுக்கு ஒன்றரை கோடி மக்கள் நுண்ணுயிரிகள் மூலம் பரவும் நோய் காரணமாக மரணிக்கிறார்கள். ஒவ்வொரு 12 நபர்களில் ஒருவருக்கு வைரஸ் ஹெபடைடிஸ் உள்ளது என்கிறது ஆய்வு. சமீபத்தில் பரவிய கொரோனா வைரஸ்களின் தாக்கத்தால் இறந்தவர்களின் எண்ணிக்கை 60 லட்சத்துக்கு மேல். கூடவே, உலகம் முழுவதும் இது ஏற்படுத்திய பொருளாதார இழப்பு என்பது 28 லட்சம் கோடிகளுக்குமேல். இவை அனைத்துக்கும் மேலாக *Clostridium botulinum* என்ற பாக்டீரியம் உற்பத்தி செய்யும் போட்லினம் (botulinum) என்ற நஞ்சு வெறும் மூன்று கிராம் மட்டுமே போதும் பிரிட்டிஷார் அனைவரையும் கொள்ள. அதுபோலவே, 400கிராம் அளவுள்ள போட்லினம் என்பது உலக மக்கள்தொகை அனைத்தையும் அழிக்க போதும் என ஆய்வாளர்கள் குறிப்பிடுகிறார்கள்.

பல லட்சம் நுண்ணுயிரிகள் இருந்தபோதும், இதுவரை 1400 வகையான நுண்ணுயிரிகளே மனிதர்களுக்கும் பொருளாதாரத்துக்கும்

மிகப்பெரிய தீங்கிழைப்பதாகக் கண்டுணரப்பட்டுள்ளன. அவற்றுள் 37 பூஞ்சைக் காளான்களும், 66 புரோட்டோசோவாக்களும், 217 வைரஸ்களும், 538 பாக்டீரியாக்களும் அடங்கும்.

தீங்கிழைக்கும் தாவரங்கள்

வேளாண் பயிர்களைப் பொறுத்தவரை பூஞ்சைக் காளான் மற்றும் பூச்சி இனங்களைக் காட்டிலும் அதிக இழப்புகளை ஏற்படுத்துவது களைச் செடிகளே ஆகும். இந்தியாவைப் பொறுத்தவரை ஒரு வருடத்துக்கு இதனால் ஏற்படும் இழப்பு என்பது 1.5 லட்சம் கோடிகள் ஆகும். அதிகளவாகச் சோயா பீன்ஸில் 50-75% இழப்பையும், நிலக்கடலை பயிர்கள் 40-71% இழப்பையும், நெல் 15-66% இழப்பையும் சந்திக்கின்றன. இவை போக, ஆக்கிரமிப்புத் தாவர இனங்களான சீமைக்கருவேலம், பார்த்தீனியம், ஆகாயத்தாமரை போன்றவை நீர்நிலைகளிலும், விவசாய நிலங்களிலும் ஏற்படுத்தும் பொருளாதார இழப்பு மற்றும் நோய்த்தொற்று போன்றவற்றை நாம் இன்று வரை சரியாகக் கணக்கிடவில்லை.

தீங்கிழைக்கும் பூச்சிகள்

இதுவரை உலகம் முழுவதும் பத்தாயிரத்துக்கும் மேற்பட்ட பூச்சி இனங்கள் உணவுப் பயிர்களை அழிப்பதைப் பதிவு செய்திருக்கிறார்கள். ஒரு வருடத்துக்கு ஆக்கிரமிப்புப் பூச்சியினங்கள் மட்டும் 700 கோடி அமெரிக்க டாலர்கள் அளவுக்கு விவசாயப் பயிர்களைச் சேதப்படுத்துகின்றன. 2010 கணக்கெடுப்பின்படி இந்தியா மட்டும் கிட்டத்தட்ட 8,63,884 மில்லியன் அளவுக்கு ஒரு வருடத்துக்குப் பூச்சிகளால் உற்பத்தி இழப்பை சந்திக்கின்றது. குறிப்பாக, அறுவடை செய்து பதப்படுத்தி வைத்திருக்கும் உணவுத் தானியங்களில் ஏற்படும் சேதம் மட்டுமே 1300 கோடிகள் ஆகும்.

பாலைவன வெட்டுக்கிளிகள் *(Schistocerca gregaria)* மூலம் ஏற்படும் விவசாய இழப்பு என்பது, ஒரே நேரத்தில் கண்டங்களைத் தாண்டி பாதிப்புகளை ஏற்படுத்துகின்றன. உதாரணமாக, 2020ஆம் ஆண்டு பாலைவன வெட்டுக்கிளிகளின் படையெடுப்பு காரணமாக 64 நாடுகளின் விவசாயப் பயிர்கள் பெரும் சேதத்தினைச் சந்தித்தன.

இந்த வெட்டுக்கிளிகள் இந்திய நிலப்பரப்புகளில் நுழைவதற்கு முன் 13 நாடுகளில் கிட்டத்தட்ட இரண்டு லட்சத்து 80 ஆயிரம் ஹெக்டேர் பரப்பளவில் பயிரிடப்பட்டிருந்த உணவுப் பயிர்களை அழித்தது. ஐக்கிய நாடுகளின் உணவு மற்றும் வேளாண்மை அமைப்பு (FAO) அறிக்கையின்படி ஒரு சதுர கிலோமீட்டருக்கு நாலு கோடி வெட்டுக்கிளிகள் இருக்கும் என்பதையும், அவை ஒரு நாளுக்கு 35,000 மனிதர்கள் சாப்பிடும் உணவுப்பொருட்களை சேதமாக்கும் என்றும், மேலும், ஒரு வெட்டுக்கிளி மட்டுமே ஒரு நாளைக்கு 2.3 கிலோ உணவினை அழிக்கும் தன்மை உடையதாக உள்ளது என்றும் குறிப்பிடுகிறார்கள்.

அதுபோலவே, வெக்டார் (vector) என்று அழைக்கப்படுகின்ற ஏந்துயிரிகளாகப் பல பூச்சி இனங்கள் செயல்படுகின்றன. அவற்றின் மூலம் பல கொடிய தொற்றுநோய் பரப்பும் கிருமிகள், மனிதர்களுக்குப் பரவி பெரும் உயிரிழப்புகளை ஏற்படுத்துகின்றன. உதாரணமாக, கொசுக்களின் மூலம் பரவும் மலேரியா மட்டும் ஒரு வருடத்துக்கு 21.9 கோடி நபர்களுக்குப் பாதிப்பினை ஏற்படுத்துகிறது. சராசரியாக, அவர்களில் 4 லட்சம் பேர் உலகம் முழுவதும் மரணிக்கிறார்கள். அதுபோலவே, கொசுக்களின் மூலம் பரவும் டெங்கு காய்ச்சலால் உலகம் முழுவதும் ஒரு வருடத்துக்கு 300 கோடி நபர்கள் பாதிப்புக்கு உள்ளாகிறார்கள் அவர்களின் குறைந்தபட்சம் 40 ஆயிரம் பேர் மரணிக்கிறார்கள்.

தீங்கிழைக்கும் இரு வாழ்விகள் மற்றும் ஊர்வன

ஆக்கிரமிப்பு ஊர்வன காரணமாக உலகம் முழுவதும் ஒரு வருடத்துக்கு 1700 கோடி அமெரிக்க டாலர்கள் இழப்பு ஏற்படுகிறது. பசிபிக் பெருங்கடலில் உள்ள குவாம் தீவில் ஆக்கிரமிப்பு இனமாக உள்ள பழுப்பு நிற பாம்புகள் *(Boiga irregularis)* மின்சாரக் கம்பிகளில் ஊர்ந்து செல்வதின் காரணமாக மின்சாரத்தில் ஏற்படும் தடையின் விளைவாக அந்தத் தீவு சந்திக்கும் வருட இழப்பு என்பது 45 லட்சங்கள். ஐரோப்பிய நாடுகளில் ஆக்கிரமிப்பு இனமாக உள்ள அமெரிக்கன் காளைத் தவளைகளை American bullfrog *(Lithobates catesbeianus)* கட்டுப்படுத்துவதற்காகவும்/அழிப்பதற்காகவும் ஐரோப்பிய நாடுகள் ஒரு வருடத்துக்குச் செலவு செய்யும் தொகை என்பது 600 கோடி அமெரிக்க டாலர்களாகும்.

பொதுவாகவே இரு வாழ்விகள் மற்றும் ஊர்வன விலங்குகளின் செரிமான மண்டலத்தில் சால்மோனெல்லா பாக்டீரியாக்கள் வசிக்கின்றன. எனவே, அவற்றைச் செல்லப் பிராணியாக வளர்க்கும் மனிதர்களிடமும் பாக்டீரியா தொற்று எளிதில் ஏற்படும். இதன் காரணமாக கடுமையான வயிற்றுப்போக்கு மற்றும் வயிற்று வலிக்கு அவர்கள் ஆட்படுவார்கள்.

2023ல், உலக சுகாதார நிறுவனத்தின் அறிக்கையின்படி உலகம் முழுவதும் 54,00,000 நபர்கள் பாம்புகளால் தீண்டப்படுகிறார்கள். அவர்களில் 80,000 முதல் 1,37,000 நபர்கள் வரை மரணிக்கிறார்கள். அதிர்ச்சி அளிக்கும் வகையில் பெரும்பான்மையான (80%) உயிரிழப்பு இந்தியாவில்தான் நடைபெறுகிறது. அதாவது சராசரியாக ஒரு வருடத்துக்கு 64,000 இந்தியர்கள் பாம்புகள் தீண்டுவதன் காரணமாக மரணிக்கிறார்கள்!

தீங்கிழைக்கும் பறவைகள்

இன்றும் பல ஆப்பிரிக்க நாடுகளில் 50% விவசாய இழப்பினைப் பறவைகள் ஏற்படுத்துகின்றன. உதாரணமாக, 2023ஆம் வருடம் கென்யா அரசாங்கம் 60 லட்சம் சிவப்பு மூக்கு க்யூலியா Red-billed quelea *(Quelea quelea)* பறவைகளைக் கொல்வதற்காக ஆணை பிறப்பித்தது. இந்தப் பறவையானது இரண்டாயிரம் ஏக்கர் பரப்பளவில் பயிரிட்டு இருந்த சூரியகாந்தி, நெல், சோளம் போன்ற பயிர்களில் பெரும் சேதத்தினை ஏற்படுத்தியது. 2023, ஜனவரி 15 தேதி காலகட்டங்களில் இவை 300 ஏக்கர் நிலப்பரப்பில் பயிர் செய்திருந்த தாவரங்களை அழித்தன.

இந்தப் பறவைகளால் ஏற்பட்ட இழப்பு ஐந்து கோடி அமெரிக்க டாலர்கள் என்று ஐக்கிய நாடுகளின் உணவு மற்றும் வேளாண்மை அமைப்பு தெரிவித்துள்ளது.

இந்தியாவைப் பொறுத்தவரை இதுவரை 63 பறவை இனங்கள் விவசாயப் பயிர்களுக்குத் தீங்கிழைப்பவையாகப் பட்டியலிடப் பட்டுள்ளன. அவற்றுள் புறா, சிட்டுக்குருவி, சாம்பல் கவுதாரி, கிளிகள் போன்றவை அதிக அளவு சேதங்களை ஏற்படுத்தும் இனங்கள் ஆகும்.

சிகப்பு மூக்கு க்யூலியா Red-billed quelea (Photo credits: Rogerio)

இதுபோக, பறவைகள் மூலம் பல தொற்றுநோய்கள் மனிதர்களுக்கும் கால்நடைகளுக்கும் பரவும். பறவை காரணமாக உருவாகும் காசநோய் மற்றும் சால்மோனெல்லா பாக்டீரியா மூலம் பரவும் நோய்களும் இவற்றுக்குச் சான்றாக இருக்கின்றன.

தீங்கிழைக்கும் பாலூட்டிகள்

1960 முதல் 2021 காலகட்டம் வரை உலகம் முழுவதும் ஆக்கிரமிப்பு பாலூட்டிகள் ஏற்படுத்திய சேதம் மட்டும் 40,624 கோடி அமெரிக்க டாலர்கள் ஆகும். காடுகளை ஒட்டி உள்ள பகுதிகளில் இருக்கும் விவசாய நிலங்கள் பாலூட்டிகளால் பெரும் சேதத்தினைச் சந்திக்கின்றன. பல நேரங்களில் இந்தச் சேதாரம் 50 முதல் 100 விழுக்காடு வரை உள்ளது. இந்தியாவைப் பொறுத்தவரை யானைகள், காட்டுமான்கள், காட்டெருமைகள் மற்றும் காட்டுப்பன்றிகள் மூலம் ஏற்படும் சேதாரம் என்பது ஒவ்வொரு வருடமும் அதிகரித்துக்கொண்டுதான் வருகின்றது. உதாரணமாக, 2013-16 காலகட்டத்தில் கேரளாவின் மலப்புரம்

மாவட்டத்தில் யானைகளால் மட்டும் ஏற்படுத்தப்பட்ட சேதம் என்பது ஒரு வருடத்துக்கு 50,76,827 ஆகும்.

அதுபோக யானைகள் மூலமே ஒரு வருடத்துக்கு 600 மனித உயிரிழப்புகளை இந்தியா சந்திக்கிறது. கூடுதலாக பலவிதமான தொற்றுநோய்கள் பரவுவதற்கும் பாலூட்டிகள் ஏந்துயிரிகளாக இருக்கின்றன. ரேபிஸ் மூலம் மட்டும் ஒரு வருடத்துக்கு 59 ஆயிரம் நபர்கள் உலகம் முழுவதும் மரணிக்கிறார்கள். அதில் 40% குழந்தைகள். இதில் 90% இழப்புகள் ஆசியா மற்றும் ஆப்பிரிக்க நாடுகளில் நடைபெறுவதாக ஆய்வுகள் குறிப்பிடுகின்றன.

'இவ்வளவு பெரிய பொருளாதாரம் மற்றும் மனிதஉயிர் இழப்புகளை ஏற்படுத்திவரும் உயிரினங்களை கட்டாயம் நாம் பாதுகாக்கத்தான் வேண்டுமா?' என்ற கேள்வி உங்களுக்குள் எழலாம். அதற்கான விடையை அடுத்தக் கட்டுரையில் காணலாம்.

பல்லுயிர் பாதுகாப்பு அவசியம்தானா?

'மிகப்பெரிய அளவில் பொருளாதார மற்றும் உயிர் இழப்புகளை ஏற்படுத்தி வரும் உயிரினங்களை நாம் ஏன் பாதுகாக்க வேண்டும்?' என்ற கேள்வி உங்களுக்குள் எழுவது நியாயமாகத் தோன்றலாம். ஆனால், அது ஒரு தவறான கண்ணோட்டமாகும். முதல் உயிரினம் தோன்றி 370 கோடி ஆண்டுகள் ஆகிவிட்டன என்பதை நாம் முன்பே பார்த்தோம். அதன் தொடர்ச்சியாக, பூச்சி இனங்கள் தோன்றி 40 கோடி ஆண்டுகள் ஆகின்றன. மீன் இனங்கள் தோன்றி 35 கோடி ஆண்டுகளும், பறவை இனங்கள் தோன்றி 15 கோடி ஆண்டுகளும் கடந்துவிட்டன. ஆனால், மனிதனாகிய நாம் தோன்றி 60 லட்சம் ஆண்டுகள் மட்டுமே கடந்திருக்கின்றன. அதாவது, இன்னும் ஒரு கோடி ஆண்டுகள்கூட ஆகவில்லை என்பதுதான் எதார்த்தம்.

காடுகளின் மத்தியில் தோன்றிய மனித இனத்தின் மூதாதையர்கள் பல ஆயிரம் வருடங்களுக்குப் பிறகு முதலில் குகைகளை நோக்கி நகர்ந்தனர். சிறிது காலத்துக்குப் பிறகு மக்கள்தொகை பெருக்கத்தால் அவர்கள் குகையை விட்டு, ஆறுகளின் தடங்களைப் பின்பற்றி சமவெளிகளைக் கண்டு அங்கே குடியேறினர். தன் இனத்தின் வாழ்வியல் பயன்பாட்டுக்காகவும் வளமான வாழ்வுக்காகவும் சமவெளிப் பகுதிகளில் இருந்த பல்லுயிர் பன்மையை மெல்ல அழிக்கத் தொடங்கினான் மனிதன். அதன் தொடர்ச்சியாக, தன்னுடைய வசிப்பிடங்களை விரிவுபடுத்தினான். இதன் காரணமாக ஆறுகளின் அருகாமையில் இருந்த பல்லுயிர் பன்மை தொடர்ந்து சிதைக்கப்பட்டது. இதைத்தான் நாம் 'ஆற்றங்கரை நாகரிகம்' என்று பெருமை பேசுகிறோம். தொடர்ந்து ஆறுகளின்

கரைகளுக்கு அப்பால் பல லட்சம் ஹெக்டேர் அளவுக்குப் பரவி இருந்த பசுமை பரப்புகளையும், அங்கே இருந்த உயிர் பன்மையும் உணவுச்சங்கிலிகளையும், சூழல் மண்டலங்களையும் சிதைத்துதான் இன்று இருக்கும் கிராமம் முதல் நகரம் வரை நிர்மாணிக்கப்பட்டது என்றால் அது மிகையான கருத்து அல்ல. அனைத்து நாகரிகங்களும், பல்லுயிர் பன்மையை கலைத்துப்போட்டு அதன் மேலே எழுப்பப்பட்டது என்பதுதான் எதார்த்தம்.

ஓர் ஆக்கிரமிப்பு உயிரினம் (invasive species) புதிய வாழிடத்தில் எவ்வாறான உயிரியல் மற்றும் சூழலியல் சேதாரங்களை உருவாக்குமோ அதை ஒத்தே மனிதர்களின் செயல்பாடுகள் இருந்தன; இன்றளவும் இருக்கின்றன. இன்னும் குறிப்பாகச் சொல்ல வேண்டுமென்றால் உலகின் மிகப்பெரிய ஆக்கிரமிப்பு உயிரினம் மனிதன்தான். பல்லுயிர்கள் அனைத்தும் அதன் இயல்பிலேயே இயங்கிக்கொண்டிருக்கின்றன. அதேசமயம், ஒரு வாழிடத்திலேயோ அல்லது அதன் அருகிலேயோ புதிதாகக் குடியேறும் மனிதனால் அந்தப் பகுதியின் சூழலியல் மற்றும் பல்லுயிர் மண்டலமும் பெரும் மாற்றங்களைச் சந்திக்கத் தொடங்கி இறுதியில் முற்றிலும் முடங்கி விடுகிறது. அனைத்து நிகழ்வுகளையும் உற்றுநோக்கும்போது உயிரினங்களின் பிழை என்பது இதில் ஏதுமில்லை என்பதை நாம் நன்கு விளங்கிக்கொள்ள முடியும்.

மரபுப் பெட்டகம்

நுண்ணுயிரிகள் முதல் தாவரங்கள் மற்றும் மிகப்பெரிய விலங்குகளான யானை, திமிங்கிலங்கள் வரை அவற்றின் மரபு மூலக்கூறுகளில் வழிகாட்டுதலின்படியே இன்றளவும் வாழ்கின்றன. இந்த உயிரினங்களின் முந்தைய பல தலைமுறைகள் வாழ்ந்த இடம், வலசை போகும் நேரம் மற்றும் பாதை, சாப்பிட்ட உணவு வகைகள் மற்றும் அவை கிடைக்கும் காலங்கள், இடங்கள், சீதோசன நிலை சுழற்சி, இனப்பெருக்கக் காலங்கள் போன்ற வாழ்வின் அடிப்படைத் தகவல்கள் அனைத்தும் பூமியில் தோன்றும் எல்லா உயிரினங்களின் ஜீன்களிலும்/மரபு அணுக்களிலும் பதிந்து வைக்கப்பட்டுள்ளன. பல கோடி ஆண்டுகளாக மரபணுக்களில் பொதிந்துள்ள இந்தத்

தகவல்களின் அடிப்படையில்/வழிகாட்டுதலின்படியே அனைத்து உயிரினங்களும் பல கோடி ஆண்டுகளுக்கு முன்பு தொடங்கி இன்றளவும் இயங்கிக்கொண்டிருக்கின்றன.

உதாரணமாக, கடல் ஆமைகள், விலாங்கு மீன் மற்றும் பசிபிக் சால்மன் போன்றவற்றை எடுத்துக்கொள்ளலாம். இந்த விலங்குகள் அனைத்தும் பல ஆயிரம் கிலோமீட்டர் பயணம் செய்து தகுந்த இடத்தில் தங்களுடைய முட்டைகளை இட்டவுடன் பெற்றோர்கள் தங்களுடைய வசிப்பிடங்களுக்குத் திரும்பிவிடுகின்றன. பல மாதங்களுக்குப் பிறகு இந்த முட்டையிலிருந்து வெளிவரும் இளம் உயிரினமானது தன்னுடைய பெற்றோர்களின் வழிகாட்டுதல் இன்றி பல ஆயிரம் கிலோமீட்டர் பயணம் செய்து தன்னுடைய பெற்றோர்கள் எந்த இடத்தில் வசிக்கிறார்களோ/வசித்தார்களோ அதே இடத்துக்கு வழி தவறாமல் சென்றுவிடுவது என்பது இன்றளவும் நடந்து வருகின்றது.

இது எவ்வாறு சாத்தியம் என்று யோசித்தோமேயானால், அவற்றின் மீது நாம் காழ்ப்புணர்ச்சியும் பழியுணர்ச்சியும் கொள்ளமாட்டோம். பல கோடி ஆண்டுகளாக உயிரினங்களின் மரபணுக்களில் பொதிந்துள்ள அவற்றின் பூர்வீக உணவுகள், வாழிடங்கள் பற்றிய தகவல்களை/ வழிகாட்டு நெறிமுறைகளை, சில லட்சம் ஆண்டுகளுக்கு முன்பு வந்த மனித இனத்தால் மாற்றிவிட முடியாது என்பதுதான் நிதர்சனம்.

தற்போது உங்களுக்கு விளங்கும், 'யானைகள் விவசாய நிலங்களை நோக்கி வருகின்றனவா? அல்லது அவற்றினுடைய மரபு அணுக்களின் வழிகாட்டுதல்படி அவற்றினுடைய மூதாதையர்கள் வாழ்ந்த பூர்வீக வாழிடத்துக்கு வருகின்றவனவா?' என்ற உண்மை.

நோய்த்தொற்று

நுண்ணுயிரிகள் மற்றும் பல்வேறு விதமான விலங்குகளால் மனிதனுக்குப் பரவும் நோய்த்தொற்று என்பது அவனுக்கு மட்டும் உரித்தானது அன்று. பூமியில் வசிக்கும் நுண்ணுயிரிகள் முதற்கொண்டு பல செல் உயிரினங்கள் வரை பல வகையான நோய்த்தொற்றுகளால்

பாதிக்கப்படுகின்றன; பெரும்பான்மையானவை மரணிக்கவும் செய்கின்றன.

குறிப்பிட்டுச் சொல்லவேண்டும் என்றால் காட்டெருமை, மான், காட்டுப்பன்றி போன்ற குளம்புள்ள பாலூட்டிகளைப் பாதிக்கும் கோமாரி நோய் (Foot-and-mouth disease), குரங்கு இனங்களைப் பாதிக்கும் கியாசனூர் ஃபாரஸ்ட் நோய் (Kyasanur forest disease -KFD), தவளைகளுக்கு வரும் ஒருவிதமான பூஞ்சை நோயான கைட்ரிடியோமைகோசிஸ் (Chytridiomycosis) போன்றவற்றைக் கூறலாம். இவற்றின் காரணமாக, குறிப்பிட்ட உயிரினங்கள் ஆயிரக்கணக்கில் அழிந்திருக்கின்றன என்று கூறினால் அது மிகையல்ல. உதாரணமாக, ஐரோப்பா பகுதிகளில், குறிப்பாக பிரிட்டனில் வைரஸ் மூலமாக பரவிய கோமாரி நோய் (foot&mouth disease) காரணமாக 40 லட்சம் கால்நடைகள் மரணித்தன/கொல்லப்பட்டன. கைட்ரிடியோமைகோசிஸ் காரணமாக பல தவளை இனங்கள் அழிவின் விளிம்புக்கு தள்ளப்பட்டுவிட்டது. 2007 காலகட்டத்தில் வட அமெரிக்காவில் 60 லட்சம் வவ்வால்கள் பூஞ்சை காளான் தொற்றினால் (white nose syndrome) மரணித்தன. 2016 காலகட்டங்களில் இருந்து அதிகரிக்கத் தொடங்கி இருக்கும் பறவைக் காய்ச்சல் A(H5N8) காரணமாகப் பல லட்சம் பறவையினங்கள் இறந்துகொண்டிருக்கின்றன.

டார்வின் சொன்ன பரிணாம வளர்ச்சிக் கோட்பாட்டைப் பற்றி நம்மில் பலர் அறிந்திருக்கலாம். அவற்றில் முக்கியமானது 'தக்கன பிழைத்துவாழ்தல்' (survival of the fittest). அதாவது வலுவானது/தகுதியானவை நிலைத்து/நீடித்து வாழும் என்று நாம் எடுத்துக்கொள்ளலாம். உயிரினங்கள் தோன்றிய காலம் முதலே வேட்டையாடும் உயிரினங்களும், வேட்டையாடப்படும் உயிரினங்களும் இருந்துகொண்டுதான் இருக்கின்றன. அதுபோலவே, நோயை உருவாக்கும் உயிரினங்களும் அதனால் பாதிக்கப்பட்டு, மீண்டெழுந்த உயிரினங்களும் வாழ்ந்து கொண்டுதான் இருக்கின்றன. அனைத்து உயிரினங்களும் நோய்த்தொற்றிற்கு ஆட்பட்டே ஆகவேண்டும் என்பது இயற்கையின் விதி; ஆட்படாமல் இருப்பது என்பது சாத்தியமற்றது.

நோய்த்தொற்று என்பது இயற்கை உயிரினங்களுக்கு வைக்கும் ஒருவிதமானத் தேர்வு என்று நாம் கொள்ளலாம். இவ்வாறான நோய்த்தொற்றுக் காலங்களில் அவை தங்களைக் காத்துக்கொள்ள பல வகைகளிலும் முயற்சிக்கின்றன. உதாரணமாக, தாவரங்களை எடுத்துக்கொள்வோம். நுண்ணுயிரிகளிடமிருந்தும், பூச்சிகளிட மிருந்தும் தங்களைக் காத்துக்கொள்ள வேதிப்பொருட்களை உற்பத்தி செய்கின்றன. இவற்றை நாம் (metabolites/phytochemicals) மெட்டபோலைட்ஸ்/ தாவர வேதிப்பொருட்கள் என்று அழைக்கிறோம். இதுவரை 10,000க்கும் மேற்பட்ட தாவர வேதிப் பொருட்களை இன்றைய அறிவியல் இனம் கண்டுள்ளது. இந்த வேதிப்பொருட்களைத்தான் நாம் மருந்தாகவும், உணவாகவும், அழகுசாதனப்பொருட்களாகவும் பயன்படுத்திக்கொண்டு இருக்கிறோம் என்பதைப் புரிந்துகொள்ள வேண்டும். இன்றளவும் ஒவ்வொரு தாவரமும் புதிய புதிய வேதிப்பொருட்களை உற்பத்தி செய்துகொண்டுதான் இருக்கின்றன. இதன் காரணமாகவே அவற்றால் பூமியில் நிலைத்து நிற்க முடிகிறது. அதுபோலவே, புதிய வகை வேதிப்பொருட்களைச் சமாளிக்கும் உத்திகளை, பூச்சி இனங்களும் தாவர உண்ணிகளும் வளர்த்துக்கொண்டுதான் வருகின்றன. இதைத்தான் 'இணை பரிணாம வளர்ச்சி' (coevolution) என்கிறார்கள்.

இயற்கையைப் பொறுத்தவரை மற்ற உயிரினங்களைப் போலவேதான் அது மனிதர்களையும் பரிசோதிக்கின்றது. 1346-1353 காலகட்டங்களில் ஐரோப்பாவில் பாக்டீரியா காரணமாகப் பரவிய கொடூரமான பிளேக், 5 கோடி பேர் மரணத்துக்குக் காரணமாக அமைந்தது. இது அன்றைய ஐரோப்பிய மக்கள்தொகையில் 60% ஆகும். 1918-1919 ஆண்டுகளில், வைரஸால் பரவிய ஸ்பானிஷ் ஃப்ளூ காரணமாக உலகம் முழுவதும் 50 கோடி மக்கள் பாதிக்கப்பட்டார்கள். அது அந்தக் காலகட்டத்தில் உலக மக்கள்தொகையில் 33% சதவீதம். இதில் 5 கோடி பேர் மரணித்தார்கள். அமெரிக்காவில் மட்டும் 6,75,000 இறப்புகள் பதிவு செய்யப்பட்டுள்ளன. சமீபத்திய 2019-2021 காலங்களில் பல கோடி மக்கள் கொரோனாவால் பாதிப்புக்கு உள்ளானார்கள். ஆனால்,

அதில் அனைவரும் இறந்துவிடவில்லை என்பதை நாம் கவனத்தில் கொள்ள வேண்டும். யாருக்கெல்லாம் உடல்வலிமை, ஆரோக்கியம், செயல்திறன், நோய் எதிர்ப்புச் சக்தி அதிகம் இருந்ததோ அவர்களால் மட்டுமே தப்பிப் பிழைக்க முடிந்தது என்பதுதான் நிதர்சனம். இது போன்ற தொற்றுநோய்கள் இன்னும் ஆயிரம் ஆண்டுகள் வந்தாலும் குறையப்போவதில்லை இவற்றினை எதிர்த்து நிற்கும் நோய் எதிர்ப்புச் சக்தியினை நாம்தான் இயற்கையாகவே நம் உடம்பில் செழித்து வளரச் செய்திட வேண்டும்.

நோய்த்தொற்று என்பது மனிதனால் அசைத்துப் பார்க்க முடியாத இயற்கை நிகழ்வுகளின் ஓர் அங்கம்தான் என்ற புரிதலை நாம் வளர்த்துக்கொள்ள வேண்டும். தாவரங்களும் விலங்கினங்களும் இயற்கையான முறையில் நோய்த்தொற்றினை எதிர்த்து வெற்றி காண்கின்றன. இயற்கையில் இருந்து தன்னைத்தானே துண்டித்துக் கொண்ட மனித இனம் அறிவியல் துணை கொண்டு போராடிக் கொண்டிருக்கிறது. ஆரம்பத்தில் சிறிது வெற்றி பெற்றாலும் இதில் முழுமையான வெற்றி இன்னும் கிடைக்கவில்லை.

கடந்த 70 ஆண்டுகளாக நுண்ணுயிரி பரப்பும் நோய்களிலிருந்து நம்மைக் காத்துக்கொள்வதற்காக ஆய்வகங்களில் உற்பத்தி செய்யப்பட்ட நுண்ணுயிர் நோய் எதிர்ப்பு மருந்துகளை எடுத்துக் கொண்டு வருகின்றோம். ஆனால், 21 ஆம் நூற்றாண்டின் மிகப்பெரிய சவாலாக இன்றைய நுண்ணுயிரிகள் பல மருந்து எதிர்ப்பு நிலையை (multidrug-resistant (MDR)) எடுத்துள்ளது.

உதாரணமாக, 30 ஆண்டுகளுக்கு முன்பு நுண்ணுயிரிகள் மூலம் பரவும் நோய்களுக்கு எதிராக நாம் எடுத்துக்கொண்ட மருந்துகளின் அளவைவிட தற்போது அதே மருந்தினை பல மடங்கு எடுத்துக் கொள்ள வேண்டி இருக்கின்றது. அவ்வாறு எடுத்துக் கொண்டாலும் நோய்த்தொற்றுக் குறைவதில்லை. மேலும் வெவ்வேறு மருந்துக் கலவைகளை எடுத்துக்கொண்டாலும் நுண்கிருமிகளைக் கட்டுப்படுத்த முடிவதில்லை. குறிப்பாகச் சொல்ல வேண்டும் எனில், பலவிதமான மருந்துகளுக்கான எதிர்ப்பு ஆற்றலை நுண்ணுயிரிகள் தங்களுடைய பரிணாம வளர்ச்சியின் போது பெருக்கிக்கொண்டன.

2019ஆம் ஆண்டு உலக சுகாதார அமைப்பு மேற்கொண்ட ஒரு ஆய்வின்படி, 'உலகம் முழுவதும் ஓர் ஆண்டுக்கு 70 லட்சம் மக்கள், பல மருந்து எதிர்ப்பு நுண்ணுயிரிகள் காரணமாக மரணிக்கிறார்கள்' என்கிறது. இது 2050 காலகட்டங்களில் 2 கோடியாக உயரலாம் எனவும் கணக்கிட்டுக் கூறுகின்றது. அதுபோக, 'நுண்ணுயிரி நோய் எதிர்ப்பு மருந்துகள் தயாரிக்கும் நிறுவனங்கள், பல மருந்து எதிர்ப்பு நுண்ணுயிரிகளின் வீரியத்தன்மை காரணமாக தங்களுடைய மருந்து உற்பத்தியையும் ஆய்வுகளையும் நிறுத்திவிட்டன' என்று ஓர் அதிர்ச்சியான தகவலையும் உலக சுகாதார அமைப்பு பதிவேற்றி இருக்கிறது. இயற்கையை விட்டு விலக விலக மனித இனம் தன்னுடைய அழிவின் எல்லையை நெருங்கிக்கொண்டிருக்கின்றது என்பதற்கான சான்றுகளே இவை அனைத்தும். எனவே, நுண்ணுயிரிகள் மூலம் பரவும் நோய் என்பதும் இயற்கையான பரிணாமத்தின் ஓர் அங்கமே. இவற்றிலிருந்து நாம் விலக முடியாது.

விவசாய உற்பத்தி பாதிப்பு

இன்று உலக அளவில் பூச்சிகள், பறவைகள், பாலூட்டிகள் மற்றும் ஆக்கிரமிப்பு உயிரினங்களால் விவசாய உற்பத்தியில் ஏற்படும் பெரும் இழப்புகளைப் பற்றி பல்வேறு தகவல்களும் ஆய்வு அறிக்கைகளும் கொட்டிக் கிடக்கின்றன. அவை அனைத்தும் உண்மையே. அதேசமயம், இவற்றுக்கான காரணம் என்ன இதன் தொடக்கப் புள்ளி எது என்று மிகக் குறைந்த அளவே தரவுகள் இருக்கின்றன என்பது ஒரு முரணான விஷயம்.

மனிதன் விவசாயம் செய்யத் தொடங்கி கிட்டத்தட்ட 10,000 வருடங்கள் மட்டுமே ஆகின்றன. விவசாய நிலங்கள் என்று இன்று நாம் குறிப்பிடும் பகுதிகளில் பெரும்பான்மையானவை காடுகள் மற்றும் இயற்கையான புல்வெளிகளே ஆகும். உலகம் முழுவதும் 80% காடுகளை அழித்துவிட்டு அவற்றை நாம் விவசாய நிலங்களாக மாற்றி உள்ளோம். லத்தின் அமெரிக்க நாடுகளில் சோயாபீன் பயிரிடுவதற்காக பெரும்பான்மையான காடுகள் அழிக்கப்பட்டன. தென்கிழக்கு ஆசியாவைப் பொறுத்தவரை மிளகு, ரப்பர், எண்ணெய் பனை, காபி, கோகோ பயிரிடுவதற்காகப் பல ஏக்கர்

காடுகள் அழிக்கப்பட்டன. மலேசிய நாட்டில் 1990-2005 வரை உள்ள காலகட்டத்தில் 10 லட்சம் ஹெக்டேர் காடுகள் எண்ணெய் பனை சாகுபடிக்காக அழிக்கப்பட்டன. இந்தியக் கானக அளவை நிறுவனம் (FSI) அறிக்கைப்படி 1951-1980 வரை 2,62,000 சதுர கி.மீ காடுகள் விவசாய நிலங்களாக நம் நாட்டில் மாற்றப்பட்டுள்ளன. உதாரணமாக, தற்போது மேற்குத் தொடர்ச்சி மலைகளில், பாதுகாக்கப்பட்ட பகுதிகளின் மையத்தில் கிட்டத்தட்ட 3300km2

வனப்பகுதிகளை ஒட்டியுள்ள விவசாய நிலங்களில் உணவு தேடும் காட்டு யானைகள்
Photo credit: 'G' ஸ்டுடியோ, கோயம்புத்தூர்.

அளவுக்குக் காப்பித் தோட்டங்கள் மட்டுமே உள்ளன. இது தற்போது அங்கே உள்ள பாதுகாக்கப்பட்ட பகுதியின் 25% ஆகும்.

சற்றே மனித மாண்புடன் யோசித்தோமேயானால், பல கோடி வருடங்களாக வியாபித்து இருந்த பல்லுயிர் பன்மையை அப்புறப்படுத்தியே நாம் விவசாயம் செய்து வருகின்றோம். இன்று நம் விவசாயத்துக்கு எதிரான உயிரினங்கள் என்று எவற்றைப் பட்டியலிடுகின்றோமோ அந்த உயிரினங்களுக்குச் சொந்தமான இடத்தில்தான் நாம் விவசாயமே செய்கின்றோம். பல கோடி

ஆண்டுகளாக அவற்றினுடைய மூதாதையர்கள் அங்குதான் வாழ்ந்தன; இனப்பெருக்கம் செய்தன; அங்குதான் அவற்றின் உணவுத் தேவையைப் பூர்த்திசெய்துகொண்டன. நிலைமை இவ்வாறு இருக்க, அதே காடுகளில் இருந்து எடுக்கப்பட்ட உணவு தானியங்களை அதே இடத்தில் அதிக அளவு பயிரிட்டு அந்தப் பயிர்களைப் பல ஆயிரம் ஆண்டுகளாக உணவாகக் கொள்ளும் உயிரினங்கள் சாப்பிடக்கூடாது என்றுதான் நாம் இன்று பூச்சி மருந்துகளையும் மற்ற வகையான தடுப்பு நடவடிக்கைகளையும் எடுத்துக்கொண்டு வருகிறோம்.

நாம் விவசாயம் செய்வது போல், பல லட்சம் வருடங்களுக்கு முன்பு அந்த விவசாயப் பயிரானது ஒரே இடத்தில் அடர்த்தியாகப் பரவி இருக்கவில்லை. மாறாகக் காடுகளில் அங்கொன்றும் இங்கொன்றுமாக வளர்ந்து நின்றன. இயற்கையாக இருந்த தாவரப் பன்மை காரணமாக ஏராளமான உணவுகள், பூச்சி இனங்களுக்கும் பறவைகளுக்கும் கிடைத்தன. அதனால், அந்தத் தானியங்கள், பயிரானது மட்டுமல்லாமல் அங்கு இருந்த எந்தத் தாவரமும் அதிக சேதாரத்தைச் சந்தித்திருக்க வாய்ப்புகள் இல்லை.

காலப்போக்கில் இயற்கைக் காடுகளை அழித்துவிட்டு, அவற்றை விவசாய நிலமாக மாற்றி நமக்குத் தேவையானத் தாவரங்களை மட்டுமே நாம் பயிர் செய்கிறோம். அருகில் வேறு எந்தத் தாவர வகைகளும் இல்லாத காரணத்தினால் தங்கள் உணவுக்காகப் பூச்சிகளும், பறவைகளும் மற்ற தாவர உண்ணி விலங்குகளும் அருகில் எஞ்சியிருக்கும் காடுகள் மற்றும் சிறிய சூழ்நிலை மண்டலங்களில் இருந்து விவசாயம் செய்யப்பட்டுள்ள பகுதிகளுக்கு ஒரு சேர வருவது என்பது தவிர்க்க முடியாத ஒரு நிகழ்வாகவே மாறிவிட்டது. வேறு உணவு கிடைக்காத காரணத்தினால் மேற்கூறிய அனைத்து உயிரினங்களும் விவசாய நிலங்களை நோக்கியே திரும்பி இருக்கின்றன என்பதுதான் எதார்த்தம்.

இதை உறுதி செய்யும் விதமாக, 2019ஆம் ஆண்டு, ஆப்பிரிக்க நாடான கென்யாவில் மிகப்பெரிய விவசாய அழிவினை ஏற்படுத்திய பறவை இனமான சிகப்பு மூக்கு க்யூலியா எடுத்துக்

கொள்வோம். விவசாயப் பரப்புகளை அதிகரிக்கும் நோக்கத்துடனும் நகரமயமாக்குதல் காரணத்தினாலும் கென்யாவின் பல பகுதிகளில் இயற்கையாகக் காணப்பட்ட புல்வெளி சூழ்நிலை மண்டலங்கள் பரவலாக அழிக்கப்பட்டன. இந்தப் புல்வெளிகளில் பரவி இருந்த புல் மற்றும் சிறிய தாவர இனங்களின் இலை, வேர் மற்றும் விதைகளே இந்தப் பறவையின் உணவாகும். பரவலாக அவற்றினுடைய உணவு ஆதாரங்கள் அழிக்கப்பட்ட நிலையில், வேறு வழியே இல்லாமல்தான் இந்தப் பறவைகள் விவசாய நிலங்களை நோக்கித் திரும்பி இருப்பதாக கென்யா ஆராய்ச்சிகள் தெளிவுபடுத்தி உள்ளன.

சூழலியல் எழுத்தாளர் ம.செந்தமிழன் வரிகளில் கூறவேண்டுமென்றால், மனித மதிப்பீடுகள் விலங்குகளின் உலகில் செல்லுபடி ஆகாது. அது வேறு உலகம் என்பதை நாம் புரிந்துகொள்ள வேண்டும்.

நம்முடைய கருத்தாக்கங்களை விலங்குகளின் உலகின் மீது தவறாக ஏற்றிவிடுகின்றோம். அந்தத் தவறுகளை இனிவரும் காலங்களில் நாம் சரிசெய்தால் மட்டுமே மனிதகுலம் இங்கே நிலைத்திருக்க முடியும் என்ற எதார்த்தத்தை உணர்தல் வேண்டும்.

விலங்குகளால் ஏற்படும் சேதாரத்துக்குப் பொருளாதாரப் புள்ளிவிவரங்கள் என்பது இயற்கைக்கு முரணானது. கவிஞர் வைரமுத்து அவர்களின் வரிகளில் கூறவேண்டுமென்றால் 'தாய்ப்பாலுக்குக் கணக்குப் போட்டா தாலி மிஞ்சுமா?'

சூழலியலில் பறவைகளின் முக்கியத்துவம்

பூமியில் வசிக்கும் அனைத்து உயிரினங்களும் ஒன்றை ஒன்று சார்ந்தே இருக்கின்றன. மேலும், உயிரினங்களே உயிரற்றக் காரணிகளான காற்று, மழை, வெப்பம் மற்றும் கனிம வளங்கள் சுழற்சியில் மிக முக்கிய பங்கு ஆற்றுகிறது. ஆக, ஒரு சூழ்நிலை மண்டலம் சிறப்பாகச் செயல்படுவதற்கு உயிரினங்கள் மற்றும் உயிரற்றக் காரணிகளின் பரஸ்பர ஒத்துழைப்பு என்பது இன்றியமையாதது ஆகும். இந்தச் சமநிலையில் மனிதர்களால் பாதிப்பு ஏற்படும்போது காலப்போக்கில் அந்தச் சூழ்நிலை மண்டலம் அழிந்துவிடும்.

அனைத்து உயிரினங்களும் சூழ்நிலை மண்டலத்தில் முக்கிய மானவைதான் என்றபோதும் ஒரு சில உயிரினங்களின் பங்களிப்பு என்பது அதி முக்கியத்துவம் வாய்ந்ததாகக் கண்டறியப்பட்டுள்ளது. அந்த மாதிரியான உயிரினங்களை உயிரியல் ஆராய்ச்சியாளர்கள் Keystone specie, umbrella species அல்லது flagship species என்று அழைக்கின்றனர். இவற்றை ஆதார உயிரினங்கள் என்றும் நாம் கூறலாம். இந்தியக் காடுகளில் இந்த வகையான ஆதார உயிரினங்கள் பல உள்ளன. குறிப்பாக, புலிகள் மற்றும் யானைகளை எடுத்துக் கொள்வோம். அவை இருக்கும் காடுகளில் மற்ற உயிரினங்கள் குறிப்பாக, தாவர இனங்கள் செழித்து வளர்வதற்கு இந்த இரண்டு உயிரினங்களும் மிக முக்கிய காரணிகளாக அமைகின்றன. தாவர உண்ணிகளின் எண்ணிக்கையைப் பெருகாமல், இந்தப் புலிகள் கட்டுக்குள் வைத்திருக்கும். அதேபோல், பல காட்டுத் தாவரங்கள் பல இடங்களில் பரவுவதற்கு யானை வழி வகுக்கும். இவை

இரண்டும் அந்தக் காடுகளில் இருந்து அழியும் பட்சத்தில் காடுகளில் தாவரங்களின் இழப்பு என்பது தவிர்க்கமுடியாத ஒன்றாகும். பின்பு, அந்தக் காடுகளின் செயல்பாடுகள் மற்றும் அவை வழங்கும் சேவைகளில் மாற்றம் ஏற்படும். பின்பு, அதுவே அந்தச் சூழல் அழிவுக்கு வழி வகுத்துவிடும். ஆகவே, ஆதார உயிரினங்கள் பாதுகாப்பு என்பது ஒரு சூழ்நிலை மண்டலத்தையே பாதுகாக்கும் ஓர் அருமையான இயற்கை அறிவியல் உத்தியாகும்.

பல சூழல் மண்டலங்களில் பறவைகள் இதுபோல் ஆதார உயிரினங்களாகச் செயல்படுகின்றன. அந்தப் பறவைகள், அந்த இடங்களில் இருந்து அகற்றப்படும்போது அந்தச் சூழ்நிலை மண்டலம் கடும் பாதிப்புகளைச் சந்திக்க நேரிடும். காலப்போக்கில் அந்தச் சூழ்நிலை மண்டலம் முற்றிலுமாகச் சிதைந்துவிடும் என்பது அறிவியல்பூர்வமான உண்மையாகும்.

பறவைகளின் முக்கியத்துவம்

சுமார் 15 கோடி ஆண்டுகளுக்கு முன்பு தோன்றிய பறவை இனங்கள், பூமியில் உள்ள பல சூழியல் மண்டலங்களின் முக்கிய உயிரினங்களாக மாறி உள்ளன. மேலும், பறவைகளால் மனித இனத்துக்கு அளவிட முடியாத மகத்தான மற்றும் தவிர்க்க முடியாத நன்மைகள் தொடர்ந்து கிடைத்துக்கொண்டே வருகின்றன. பொருளாதார அடிப்படையில் பார்த்தால்கூட பல தீங்கு செய்யும் பூச்சிகளை விவசாய நிலங்களில் இருந்து அழித்து, விவசாய உற்பத்தியை அதிகரித்து, அதன் மூலம் நாட்டின் ஜிடிபி என்று சொல்லப்படுகின்ற மொத்த உள்நாட்டு உற்பத்திப் பெருக பறவைகள் நேரடியாகவும் மறைமுகமாகவும் உதவி செய்கின்றன.

விதை பரவல்

வெப்ப மண்டலம் மற்றும் மிதவெப்ப மண்டலக் காடுகளில் உள்ள 90 முதல் 95 விழுக்காடு தாவரங்களின் விதைகள் பரவுவதற்கு பறவைகள் முக்கிய பங்கு வகித்து வருகின்றன. தாவரங்களின் வாழ்க்கையில் விதை பரவுதல் என்பது மிக முக்கியமான ஒரு நிகழ்வாகும். விதைகள் பல புதிய இடங்களில் பரவினால்

மட்டுமே ஒரு தாவர இனம் இந்தப் பூமியிலிருந்து அழியாமல் பாதுகாக்கப்படும்.

கோவையில் உள்ள சலீம் அலி பறவைகள் மற்றும் இயற்கை வரலாற்று மையத்தின் ஓர் ஆய்வுக் குறிப்பின்படி 'இந்தியக் காடுகளில் உள்ள பறவைகளில் மூன்றில் ஒரு பங்கு பறவையினங்கள் விதை பரவுவதற்கு மிகவும் முக்கிய காரணமாக உள்ளன. உதாரணமாக, மேற்குத் தொடர்ச்சி மலையில் உள்ள பசுமை மாறாக் காடுகளில் வசிக்கும் இருவாச்சி பறவையும், பழம் மட்டுமே உண்ணும் புறா இனங்களும் இருப்பதால் மட்டுமே இந்தியாவில் முக்கியமான தாவர இனங்கள் அழியாமல் பாதுகாக்கப்படுகின்றன' என்று அந்த ஆய்வு குறிப்பிடுகிறது. மேலும், 'வறண்ட பகுதியில் உள்ள காடுகளில் குயில் மற்றும் செமிசை சின்னான்/கொண்டைக் குருவி அதிக அளவு விதை பரவுவதற்குக் காரணமாக இருக்கின்றன. இவை மட்டுமில்லாமல் பறவையினங்கள் இருப்பதால் மட்டுமே இன்றும் பல அரிய வகை காட்டுத்தாவரங்கள் அழியாமல் காக்கப்படுகின்றன' என்று கூறுகிறது அந்த அறிவியல் குறிப்பு.

செமிசை சின்னான்
Photo Credits: முனைவர் பூபேஷ் குப்தா, யுனிவர்சல் ஈகோ பவுண்டேஷன்

பறவைகள் விதைகளைப் பரப்புவதன் மூலம் மேலும் சில நன்மைகளையும் அந்தத் தாவர இனங்களுக்குக் கிடைக்கச் செய்கிறது. உதாரணமாக, ஒரு தாவரம் புதிய இடத்தில் வளரும்போது பழைய இடங்களில் ஏற்படக்கூடிய சில வகையான பூஞ்சைக் காளான் தொற்றுகள் புதிய இடத்தில் இருக்காது. அந்த வகையில் அந்த மரமானது பூஞ்சைக் காளான் தொற்றில் இருந்து பாதுகாக்கப்படுகின்றது. மேலும், பழைய இடங்களில் அதிக அளவு காணப்படும் பூச்சிகள் மற்றும் அந்தக் குறிப்பிட்ட தாவரத்தினைத் தாக்கும் உயிரினங்களிடம் இருந்து புதிய இடத்தில் வளரும் மரங்கள் தன்னைப் பாதுகாத்துக்கொள்கின்றன. மேலும், அதே தாவர இனங்களுக்குள் ஏற்படும் போட்டியினைத் தவிர்க்கவும் இந்த விதை பரவல் பெரிதும் உதவுகிறது. மேற்கூறிய அனைத்துக்கும் பெரிதும் உறுதுணையாக இருப்பது பறவை இனங்களே ஆகும்.

வளமையான வாழிடம்

அலையாத்திக் காடுகள், என்றும் தனித்துவமான சூழ்நிலை மண்டலம் ஆகும். ஓர் ஆய்வுக் குறிப்பின்படி கடலில் இருக்கக்கூடிய உயிரினங்களில் 90% உயிரினங்கள் தன்னுடைய வாழ்நாளில் ஏதாவது ஒரு பகுதியை அலையாத்திக் காடுகளில் கழிக்கின்றன. மேலும், அலையாத்திக் காடுகளில் உள்ள மரங்களின் இலைகள் மற்றும் அதிலிருந்து கிடைக்கும் சத்துகள், கடல்மீன்களுக்கு மிகப்பெரிய தவிர்க்க முடியாத உணவாக உள்ளன. இவ்வாறான தனி சிறப்புகள் வாய்ந்த இந்த அலையாத்திக் காடுகள் வளமையாக இருப்பதற்கு மிக முக்கிய காரணம் நீர் பறவைகளே ஆகும்.

சாதாரணமாகவே, தாவரங்களின் செழுமையான வளர்ச்சிக்கு பெரிதும் உதவி புரிபவை நைட்ரஜன் மற்றும் பாஸ்பரஸ் சத்துகள் ஆகும். ஆனால், வெப்ப மண்டலக் கடலோரங்களில் காணப்படும் அலையாத்திக் காடுகளுக்குப் போதுமான அளவு நைட்ரஜன் மற்றும் பாஸ்பர சத்துகள் கிடைப்பது இல்லை. ஆனால், இதை சரி செய்யும் விதமாக அலையாத்திக் காட்டுப் பகுதிகளுக்கு வலசை வரும் பல ஆயிரக்கணக்கான நீர்ப்பறவை இனங்கள் அந்தப் பகுதிகளிலேயே அதனுடைய எச்சங்களை இடுகின்றன. இயற்கையாகவே பறவைகளின்

எச்சத்தில் பாஸ்பரஸ் மற்றும் நைட்ரஜன் சத்துகள் அதிகம். எனவே, பல்லாயிரம் நீர்ப்பறவையின் கழிவுகள் அலையாத்திக் காடுகளுக்குத் தேவையான நைட்ரஜன் சத்துகளை அளிக்கிறது. இதன் காரணமாக உலகின் 80 சதவீத கடல்மீன் வளத்தை நீர்ப்பறவைகள் உறுதி செய்கின்றன. மேலும், இந்தியாவைப் பொறுத்தவரை அலையாத்திக் காடுகளில் 5,000க்கும் மேற்பட்ட உயிரின வகைகள் வசிப்பதாக ஆய்வுகள் குறிப்பிடுகின்றன. அலையாத்திக் காடுகளை நம்பி இருக்கும் அனைத்து உயிரினங்களின் வாழ்வாதாரத்தை நிலை நிறுத்துபவை அல்லது நீடிக்கச் செய்பவை நீர்ப்பறவைகளே ஆகும். மேலும், வெப்பமண்டலக் காடுகளை விட 50 மடங்கு வளிமண்டல கார்பனைச் சேகரிக்கும் ஆற்றல் அலையாத்திக் காடுகளுக்கு உண்டு என்பதை நாம் இங்கே நினைவில் கொள்ள வேண்டும்.

இயற்கையான பூச்சி அழிப்பான்கள்

சமீபத்தில், ஹங்கேரி நாட்டில் உள்ள செசெனி இஸ்த்வான் பல்கலைக்கழகத்தில் (Széchenyi István University) நடைபெற்ற ஒரு அறிவியல் ஆய்வின்படி, வெப்பமண்டலப் பகுதிகளில் காணப்படும் காடுகளில் உள்ள மரங்கள் மற்றும் அவற்றின் இலைகள் பெரிதும் பூச்சி இனங்களால் பாதிக்கப்படுகின்றன. அதேநேரம், பூச்சி இனங்களை உணவாக உட்கொள்ளும் பல பறவை இனங்கள் அந்தக் காடுகளில் இயற்கையாகவே காணப்படுகின்றது. இந்தப் பறவைகள் இருப்பதின் மூலம் மரங்களுக்கு ஏற்படும் சேதாரம் என்பது பல மடங்கு குறைக்கப்படுகிறது. மேலும் இளம் தாவரங்கள் வளர்ச்சிக்கு இந்தப் பறவைகள் பெரிதும் உதவுகின்றன. அதாவது, பூச்சிகளால் இளம் தாவரங்கள் அழியாமல் இருக்க இந்தப் பறவை இனங்கள் பெரும் வகையில் உதவி பெறுகின்றன.

விவசாய நிலங்களைப் பொறுத்தவரை பயிர்சேதம் ஏற்படுத்தும் பல பூச்சி இனங்களை, பறவைகளே பெரிதும் கட்டுப்படுத்துகின்றன. இந்தியாவின் விவசாயத்துறையில் 1983ஆம் ஆண்டு எடுக்கப்பட்ட ஒரு கணக்கெடுப்பின்படி 'இந்திய உணவு உற்பத்தியில் 18% இழப்பு என்பது தீங்கிழைக்கும் பூச்சி இனங்களாலே ஏற்படுகிறது' என்று கண்டு வந்துள்ளனர். மேலும், அந்தக் காலத்தில்

ஏற்பட்ட இழப்பானது கிட்டத்தட்ட 6000 கோடிகள்; 1993ஆம் ஆண்டுகளில் 20 ஆயிரம் கோடிகளாக உயர்ந்து விட்டது. 2015ஆம் ஆண்டு கணக்கெடுப்பின்படி இது 50 ஆயிரம் கோடிகளைக் கடந்துவிட்டது.

அதேவேளையில், இந்திய விவசாய நிலங்களில் அதிகம் காணப்படும் (60-80%) பறவை இனங்கள், பூச்சிகளை அழிக்கும் வல்லமை உடையவை. உதாரணமாக cattle egret என்று அறியப்படும் உண்ணிக் கொக்கினுடைய உணவின் பெரும்பகுதியானது (80%) பயிர்களுக்குத் தீங்கிழைக்கும் பூச்சிகளே ஆகும். ஆப்பிரிக்க நாடுகளில் எடுத்த ஒரு கணக்கெடுப்பின்படி ஒரு உண்ணிக் கொக்கு, ஒரு நாளைக்கு 100 பூச்சிகளைச் சாப்பிடும் பட்சத்தில், ஒரு விவசாயப் பருவத்தில் ஓர் உண்ணிக் கொக்கினால் மட்டும் ஒரு லட்சத்து 58 ஆயிரத்து 361 ஹெக்டேர் நிலங்களைப் பாதுகாக்க முடியும் என்று குறிப்பிடுகின்றனர். அதேசமயம் தமிழகத்தில் அதிகம் வேட்டையாடப்படும் பறவை இனங்களில் உண்ணிக் கொக்கும் ஒன்று.

விவசாய நிலங்களில் பூச்சிகளை அழிக்கும் உண்ணிக் கொக்குகள்.

மேலும், கடந்த 50 ஆண்டுகளில் அளவுக்கு அதிகமாகத் தெளிக்கப்படும் பூச்சிக்கொல்லி மருந்துகளால் பல இந்தியப்

பறவையினங்களின் எண்ணிக்கை கணிசமாகக் குறைந்துவிட்டது. எடுத்துக்காட்டாக, மயில் எண்ணிக்கை வயல்வெளிகளில் குறைவதற்கு இது ஒரு காரணமாகும். சாதாரணமாகவே இங்கு உபயோகப்படுத்தப்படும் மானோ குரோடோபாஸ் என்னும் தடை செய்யப்பட்ட மருந்து பல நேரங்களில் மயில்களின் இறப்புக்குக் காரணம் என்று ஆய்வுகள் தெரிவிக்கின்றன.

உணவுக்காக வேட்டையாடப்பட்ட உண்ணிக் கொக்குகள்.

பூச்சிகளை உண்ணும் பறவைகளின் எண்ணிக்கை விவசாய நிலங்களில் குறைந்தால் நாம் அதற்கு மாற்றாக அதிகமான பூச்சி மருந்துகளைத் தெளிக்க நேரிடும். பூச்சி மருந்துகளால் ஏற்படும் சூழ்நிலை பாதிப்பு என்பது நாம் அனைவரும் அறிந்த ஒன்றுதான். எனவே, பறவைகளின் எண்ணிக்கை வேளாண் நிலப்பரப்புகளில் குறையும்போது பூச்சித் தாக்குதல் அதிகரிக்கும். அதேநேரம் சூழ்நிலை மண்டலம் பூச்சி மருந்துகளால் கெடும் என்பது ஒரு கசப்பான உண்மையா ஆகும்.

பறவைகளின் தற்போதைய நிலைமை

பறவைகளின் தற்போதைய நிலைமை பற்றி, இந்தியாவில் 2020 ஆம் ஆண்டு ஒரு நீண்ட ஆய்வு மேற்கொள்ளப்பட்டது. அதன்

முடிவானது அனைவருக்கும் அதிர்ச்சி அளிப்பதாக உள்ளது. 'மேற்குத் தொடர்ச்சி மலைப் பகுதியில் காணப்படும் பறவை இனங்களில் 75% வரை குறைந்து உள்ளது' என அந்த ஆய்வு குறிப்பிடுகிறது. மேலும், இந்திய நீர்நிலைகளுக்கு வலசை வரும் உள்நாட்டு மற்றும் வெளிநாட்டுப் பறவையினங்களின் வரத்து 25 சதவீதம் குறைந்து உள்ளதாகவும் அந்த ஆய்வு குறிப்பிடுகிறது. மேலும், இந்தியாவின் பல முக்கியமான பறவைகள் சரணாலயங்களில்கூட பறவைகளின் எண்ணிக்கை அதிவேகமாகக் குறைந்து வருகிறது என்றும் கூறுகிறது அந்த ஆய்வு அறிக்கை.

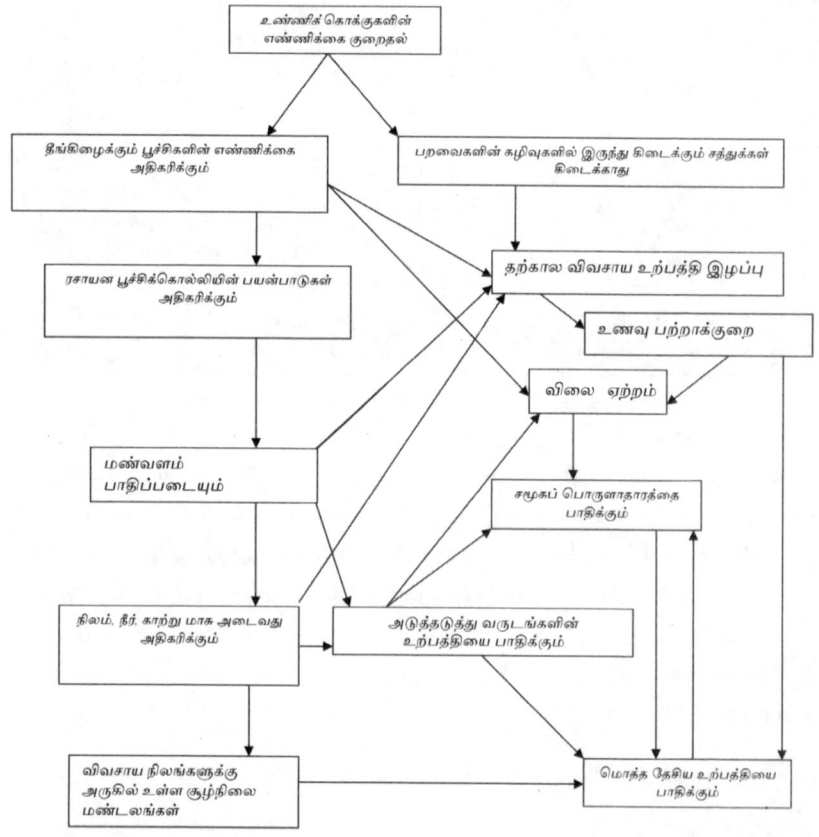

விவசாய நிலங்களில் உண்ணிக் கொக்குகள் வேட்டையாடப்படுவதின் விளைவுகள்.

பறவைகளின் எண்ணிக்கை குறைவதற்கு மிக முக்கிய காரணமாக அவர்கள் குறிப்பிடுவது வாழிடம் அழித்தல், பருவநிலை மாற்றம், கடல்நீரின் உப்புத் தன்மை உயர்தல், நோய்கள், பறவை வேட்டை, சுற்றுப்புற மாசு மற்றும் கைபேசி கோபுரங்கள், காற்றாலைகள் ஆகியவை முக்கிய பங்கு வகித்து வருகின்றன.

எனவே, பறவைகள் இனம் அழிவது அல்லது குறைவது என்பது பல சூழ்நிலை மண்டலங்களில் மிகப்பெரிய தாக்கத்தை ஏற்படுத்தும். பறவைகளின் எண்ணிக்கைக் குறையக் காரணமாக இருக்கும் அனைத்துக் காரணிகளையும் நாம் கட்டுப்படுத்த வேண்டும் அல்லது முற்றிலுமாகத் தவிர்க்க வேண்டும். தவறும் பட்சத்தில், அதற்காக நாம் மிகப்பெரிய விலையைக் கொடுக்க வேண்டி இருக்கும். இதைப் பற்றிய விழிப்புணர்வு, சாமானியர்கள் முதல் படித்தவர் வரை அனைவரும் உணரும் வகையில் அரசு பரப்ப வேண்டும் என்பது காலத்தின் கட்டாயம் ஆகும்.

பூச்சி சூழ் உலகு

பூச்சிகள் என்றதும் நமது மனக்கண் முன் தோன்றுவது விவசாயப் பயிர்களுக்கும் உணவுப் பொருள்களுக்கும் அவை இழைக்கும் தீங்குகளே ஆகும். வேளாண் பயிர்களுக்குத் தீங்கு இழைக்கும் அதாவது பெஸ்ட் (Pest) என்ற வரையறையின் கீழ் வரும் பூச்சிகளின் எண்ணிக்கை மிகக் குறைவே ஆகும். அதேவேளையில், பூச்சிகள் இருந்தால் மட்டுமே வேளாண் உற்பத்தியும் காடுகளின் பரப்பளவும் அதிகரிக்கும் என்பதை இங்கே நாம் நினைவில் நிறுத்தவேண்டும். இதுவரை கண்டறியப்பட்ட பூச்சி இனங்களில் 50% பல்வேறு வகையான தாவரங்களின் பாகங்களை உணவாக உட்கொள்கிறது என்கிறார்கள் துறை சார்ந்த ஆய்வாளர்கள். ஆக, பூச்சிகளும் தாவரங்களும் ஒன்றை ஒன்று சார்ந்தே இருக்கின்றன. தாவரம் மற்றும் பூச்சிகள் இடையே உள்ள சார்புநிலையைச் சூழலியல் மற்றும் பரிணாம வளர்ச்சியின் கண்ணோட்டத்துடன் பார்த்தால் நமக்குப் பூச்சிகளைப் பற்றிய வேறு ஒரு புதிய பரிமாணம் கிடைக்கும்.

தாவரம் மற்றும் பூச்சிகள் இடையே உள்ள உறவு என்பது 40 கோடி வருடங்கள் பழமையான ஒன்று. மகரந்தச்சேர்க்கைக்காகப் பூச்சிகளைக் கவர்ந்து இழுப்பதற்குப் பல வேதிப்பொருட்களைத் தாவரங்கள் உற்பத்தி செய்கின்றன. அதேநேரத்தில், இலை, பூ, பழம், விதை, வேர் போன்ற பாகங்களைச் சேதப்படுத்தும் பூச்சிகளிடமிருந்து தன்னைத் தற்காத்துக்கொள்ளவும் தாவரங்கள் பல்வேறு வகையான வேதிப்பொருட்களை உற்பத்தி செய்கின்றன. இந்த இரண்டு வகை வேதிப்பொருட்களும் மெட்டபோலைட்ஸ் (metabolites/phytochemicals) என்றே அழைக்கப்படுகிறது.

உதாரணமாக, முட்டைக்கோஸ் தாவரம் தன் இலைகளைப் பூச்சிகளின் தாக்குதல்களில் இருந்து பாதுகாத்துக்கொள்ள குளுக்கோசினோலேட் (glucosinolates) என்ற ஒரு மெட்டபோலைட்டை உற்பத்தி செய்கிறது. இந்த வேதிப்பொருளானது முட்டைக்கோஸ் தாவரத்தின் இலைகளைக் கசப்புத் தன்மை உடையதாக மாற்றுகிறது. அதேசமயம், இந்தக் கசப்புகளில் இருந்து தங்களைக் காத்துக் கொள்ள பூச்சிகளும் ஒருவிதமான வேதிப்பொருட்களைச் சுரக்கும். இதனால் கசப்பேறிய இலைகள் அவற்றுக்கு எந்தத் தீங்கும் இழைக்காது. இந்த நிகழ்வானது பல கோடி ஆண்டுகளாகப் பூச்சி மற்றும் தாவரங்களுக்கு இடையே தொடர்ந்து நடந்து கொண்டுதான் இருக்கிறது. அதேசமயம், தாவரங்கள் மற்றும் பூச்சிகள் உற்பத்தி செய்யும் வேதிப்பொருட்களைத்தான் நாம் அழகு சாதனப் பொருளாகவும், உணவாகவும், மருந்தாகவும் பயன்படுத்திக்கொண்டு இருக்கிறோம் என்பதைப் புரிந்துகொள்ள வேண்டும். 'வளரும் நாடுகளில் உள்ள 80% மக்கள் இன்றளவும் பாரம்பரிய தாவர மருந்துகளையே நோய் நிவாரணியாகப் பெரிதும் நம்பி உள்ளனர்' என்கிறது உலக சுகாதார நிறுவனம். தாவர மருந்து என்பது, பெரும்பாலும் தாவரம் தன்னைப் பூச்சிகளின் தாக்குதலில் இருந்து காத்துக்கொள்ள உற்பத்தி செய்த மெட்டபோலைட்டுகளே என்பதை இங்கே நாம் நினைவில் வைக்க வேண்டும்.

'உலகம் முழுவதிலும் இன்றைய தேதியில் 120 வகையான முக்கிய மருந்துகள் தாவரங்களில் இருந்துதான் பிரித்து எடுக்கப் படுகின்றன. 25% மருந்துகளின் மூலக்கூறுகள், தாவரங்களின் உள்ள மெட்டபோலைட்டின் மூலக்கூறுகளைப் படி எடுத்துதான் ஆய்வகங்களில் உற்பத்தி செய்யப்படுகின்றன' என்கிறது தரவுகள் (ஆஸ்பிரின், காஃபின், கொக்கைன்). கூடுதலாக, 'இன்று நடை முறையில் உள்ள 252 முக்கிய மருந்துகளில் 11% பூக்கும் தாவரங் களின் மூலக்கூறுகள் கொண்டே உற்பத்தி செய்யப்படுகிறது' என்கிறது உலக சுகாதார நிறுவனத்தின் அறிக்கை.

பூச்சி இனங்கள் அழியும் பட்சத்தில் தாவரங்கள் புதிதாக மெட்ட போலைட்ஸ் என்று அழைக்கப்படும் வேதிப்பொருள்களை உற்பத்தி செய்யாது. மேலும் மகரந்தச் சேர்க்கை நடைபெறாத

காரணத்தினால் பல தாவர இனங்கள் பூமியிலிருந்து முற்றிலும் அழிந்துவிடும் என்பது மறுக்க முடியாத உண்மை. விவசாய நிலங்களில் நாம் தெளிக்கும் ரசாயனப் பூச்சி மருந்துகள், ரசாயன உரங்கள் போன்றவை விவசாயத்துக்குத் தீங்கிழைக்கும் பூச்சிகளை மட்டும் அழிக்காமல் விவசாயத்துக்குப் பல நன்மைகளைச் செய்யும் பூச்சிகளையும் சேர்த்தே அழிக்கிறது. மேலும், விவசாய நிலங்களில் வளரும் தாவரங்கள் இயற்கையாகவே உற்பத்தி செய்யும் வேதிப்பொருட்களும் நமக்குக் கிடைக்காது என்பதுதான் உண்மை. இந்த நிகழ்வுகளால் பூச்சிகள் மற்றும் தாவர இனங்களைவிட அதிக இழப்பைச் சந்திக்கக் கூடிய ஒரு இனம் உண்டு என்றால் அது மனித இனமே என்ற உண்மையை நாம் உணர வேண்டும்.

பூமியில் பூச்சி இனங்கள் தோன்றி 40 கோடி ஆண்டுகள் முடிந்து விட்டன. அதாவது, பூமியில் நடந்த கடைசி இரண்டு இயற்கைப் பேரழிவுகளிலும் தப்பிப் பிழைத்த ஓர் இனமாகப் பூச்சிகள் உள்ளன. சரியாகக் கூறுவது என்றால் டைனோசர்கள் காலத்தில் வாழ்ந்த பல பூச்சிகள் இன்றும் நம்முடன் உயிருடன் பூமியில் உள்ளன (தும்பி, சிலந்தி, இராமபாணப் பூச்சி -Silver Fish).

இதுவரை பூமியில் 10 லட்சம் பூச்சி இனங்கள் இருப்பதாக அறியப்பட்டுள்ளன. மேலும், இதனுடைய எண்ணிக்கை சராசரியாக 80 லட்சம் வரை இருக்கலாம் என்று மதிப்பிட்டு உள்ளார்கள். இருப்பினும் இதுவரை 1.5 லட்சம் பூச்சி இனங்கள் மட்டுமே அறிவியல் பூர்வமாக வகைப்படுத்தப்பட்டுள்ளன, இவ்வாறு வகைப்படுத்தப்பட்ட இனங்களில் 40% வண்டு இனங்கள் ஆகும்.

1930க்குப் பிறகு உலகம் முழுவதும் பூச்சி இனங்கள் அதிவேகமாக குறைந்து வருவதாக ஆராய்ச்சியாளர்கள் குறிப்பிடுகிறார்கள். சான்றாக 2017 காலகட்டத்தில் ஜெர்மனியில் மேற்கொள்ளப்பட்ட ஓர் ஆய்வின்படி பாதுகாக்கப்பட்ட வனப்பகுதிகளிலும் மற்றும் இதர பல பகுதிகளிலும் பூச்சி இனங்களின் எண்ணிக்கை 75% குறைந்து விட்டதாக அறிவித்து இருக்கிறார்கள். அதுபோலவே, வண்ணத்துப் பூச்சிகளின் எண்ணிக்கை லண்டனில் 37%, பின்லாந்தில் 64%, நெதர்லாந்தில் 84% குறைந்துள்ளது. பெல்ஜியம் பகுதியில் மட்டுமே

காணப்படும் 19 வகையான வண்ணத்துப்பூச்சிகள் அந்த நாட்டில் இருந்து முற்றிலும் அழிந்து விட்டதாக ஆய்வுக் குறிப்புகள் கூறுகின்றன. அதுபோலவே, தங்கள் நாட்டில் விவசாயத்துக்குப் பெரும் நன்மைகளைப் புரிந்துவரும் தேனீக்களின் எண்ணிக்கை 50%, வண்டு தேனீக்களின் (bumblebee) எண்ணிக்கை 96% குறைந்து விட்டதாகவும் அமெரிக்கா அறிவித்துள்ளது.

உலகம் முழுவதும் அறியப்பட்ட பூச்சி இனங்களில் 40% அழிவின் விளிம்பில் உள்ளதாக ஆய்வுகள் குறிப்பிடுகிறது. அதிலும் குறிப்பாக, வண்ணத்துப்பூச்சி மற்றும் அந்துப் பூச்சிகள் 1.8%, கோலியோப்டெரன் (coleopteran) என்று அழைக்கப்படும் வண்டு இனங்கள் 2.1%, என்ற விகிதத்தில் ஒவ்வொரு ஆண்டும் குறைந்து வருவதாக ஆராய்ச்சியாளர்கள் கூறுகிறார்கள். அதுபோலவே, மலேரியாவை உண்டு பண்ணும் அனாஃபிலிஸ் கொசுக்களின் லார்வாக்களைச் சாப்பிடும் தட்டான் இனங்களில் 2000க்கும் மேற்பட்ட வகைகள் அழிவின் விளிம்புக்குத் தள்ளப்பட்டுள்ளதாக ஆய்வுக் கட்டுரைகள் குறிப்பிடுகின்றன.

பூச்சி இல்லாத உலகு

உலகில் உள்ள 75% விவசாயத் தாவரங்களும், 90% காட்டுத் தாவரங்களும், பூச்சி இனங்களையே மகரந்தச்சேர்க்கைக்காக நம்பியுள்ளது. பூச்சிகள் வெகுவாக அழியும்பட்சத்தில் விவசாய உற்பத்தியானது பெரும் இழப்பைச் சந்திக்கும், மொத்த உள்நாட்டு உற்பத்தி மற்றும் அதன் வளர்ச்சி (GDP) ஈடுகட்ட முடியாத சரிவுகளைச் சந்திக்கும் அதன் தொடர்ச்சியாக உணவுப்பொருட்களின் விலை உச்சம் தொடும். அதுபோலவே, பல்வேறு தாவர இனங்களின் இருப்பு என்பது நிச்சயமற்றது ஆகிவிடும். மரங்களின் இழப்பு என்பது சூழலியல் மண்டலங்களிலும் பருவநிலை சுழற்சியிலும் எதிர்மறை விளைவுகளைப் பெரிய அளவில் உண்டு செய்யும். இதுதவிர, இயற்கை உணவுச்சங்கிலிகளில் பூச்சிகளின் முக்கியத்துவம் மிகவும் வலுவானது. இந்த இனம் அழியும் பட்சத்தில் சூழலியல் மண்டலங்களின் ஸ்திரத்தன்மை சிதைந்துவிடும். இவை அனைத்துக்கும் மேலாகப் பல வழிகளில் மனிதகுலம் சிறக்க பூச்சிகள் செயலாற்றிக்கொண்டிருக்கின்றன என்பது நாம் உணரவேண்டும்.

விவசாயத்தில் பூச்சிகளின் பங்களிப்பு

நாம் வேளாண்மை செய்யும் பயிர்களில் 75% பூச்சி இனங்களையே மகரந்தச்சேர்க்கைக்காக நம்பியுள்ளது. மகரந்தச்சேர்க்கைக்கு உதவும் பூச்சிகளில் கிட்டத்தட்ட 20ஆயிரம் இனங்கள் தேனீக்கள் வகை சார்ந்தவை ஆகும். மேலும், வண்ணத்துப்பூச்சிகள், அந்துப் பூச்சிகள், வண்டு, குளவி மற்றும் பேன் வகை சார்ந்த பூச்சிகளும் அதிக அளவில் மகரந்தச்சேர்க்கைக்கு உதவுவதாகப் பூச்சியியல் வல்லுனர்கள் தெரிவிக்கிறார்கள்.

மகரந்தச்சேர்க்கை நிகழ்வுக்குப் பண மதிப்பீடு செய்தால் ஒரு வருடத்துக்குக் கிட்டத்தட்ட 57,700 கோடி அமெரிக்க டாலர்கள் வருவாயை இந்தப் பூச்சி இனங்கள் மனித இனத்துக்குக் கொடுக்கிறது. அதேசமயம், மகரந்தச்சேர்க்கை நடைபெறவில்லை எனில் ஏற்படக்கூடிய இழப்பு என்பது தோராயமாக 65,000 கோடி அமெரிக்க டாலர்கள் ஆகும் என்று வல்லுனர்கள் கணக்கிட்டு உள்ளனர். இதை உறுதிசெய்யும் விதமாக மகாராஷ்டிராவில் உள்ள அண்டர் த மேங்கோ ட்ரீ (under the mango tree) என்ற அமைப்பு, தேனீக்களின் முக்கியத்துவத்தைப் பற்றி அறிய ஓர் ஆய்வு மேற்கொண்டது. அதன் முடிவில், வளர்ப்புத் தேனீக்கள் இருக்கும் பகுதிகளில் கத்திரிக்காய் 33%, பப்பாளி 60%, வாழை 63%, மாங்காய் 68%, முந்திரி 157%, தக்காளி 160%, மிளகாய் 227% உற்பத்தி அதிகமாக உள்ளதைப் பதிவுசெய்து உள்ளனர்.

மகரந்தச் சேர்க்கையாளர்கள் (pollinators) என்று சொல்லப்படும் இந்தக் குறிப்பிட்ட பூச்சி இனங்கள் இல்லை எனில் இந்த உலகமானது மிகப்பெரிய உணவுப்பஞ்சத்தில் சிக்கிக்கொள்ளும் என்பதை துறை வல்லுநர்கள் உறுதிப்படுத்தி உள்ளனர். 2022ஆம் ஆண்டு அமெரிக்க மற்றும் லண்டனைச் சேர்ந்த பல்கலைக்கழகங்களின் கூட்டு ஆய்வானது மகரந்தச்சேர்க்கைக்கு உதவும் பூச்சி இனங்கள் எண்ணிக்கைக் குறைந்து வருவதால் கிட்டத்தட்ட 3-5% பழங்கள் மற்றும் காய்கறிகள் உற்பத்தி உலக அளவில் குறையும் என்று கணக்கிட உள்ளனர். இதன் காரணமாக உலகின் பெரும்பாலான இடங்களில் சத்துக் குறைபாடு மற்றும் அதனால் ஏற்படும் நோய்கள்

சம்பந்தப்பட்ட மரணங்கள் அதிக அளவு நடக்கச் சாத்தியக் கூறுகள் உள்ளதாகக் கூறுகிறார்கள். தோராயமாக வருடத்துக்கு 4,27,000 மரணங்கள் இந்த வகையில் நிகழலாம் என்று கணக்கிட்டுள்ளனர். தற்சார்பு மற்றும் நிலைத்தன்மை விவசாயம் பற்றிப் பேசும் நாம் இன்றளவும் அதற்குப் பெரிதும் உதவும் பூச்சிகளின் முக்கியத்துவம் பற்றி அறியாமல் இருப்பதும், அவற்றைப் பாதுகாக்க முயற்சிகள் எடுக்காமல் இருப்பதும் வருத்தமான ஒரு விடயமாகும்.

பூச்சியே உணவாக

நம்மில் பலர் அறிந்திராத ஒரு விஷயம் உலகின் பல பகுதிகளில் பூச்சிகளை உணவாக உட்கொள்கின்ற வழக்கம் காலங்காலமாக உள்ளது என்பது. எடுத்துக்காட்டாக தென் தமிழகப் பகுதிகளில் ஈசலை (ஈயல்) உணவாக எடுத்துக்கொள்ளும் பழக்கம் பன்னெடுங் காலமாக இருந்துள்ளது என்று முனைவர் கோ.சதீஸ் அவர்கள் தன்னுடைய 'சங்க காலத் திணைக்குடிகள்... இலக்கிய மானிடவியல் நோக்கு' என்ற நூலில் குறிப்பிட்டு இருக்கிறார். அதற்குச் சான்றாக புறநானூற்றுப் பாடலான 'செம்புற்று ஈயலின் இன்னளைப் புளித்து' (புறம் 119.3) வரிகளைக் குறிப்பிடுகிறார். இதுபோலவே, ஒடிசாவில் மயூர்பஞ்ச் மாவட்டத்தில் சிஞ்சிருக்கான் என்றழைக்கப்படும் தையற்கார எறும்புகளைக் (red weaver ant) *(Oecophylla smaragdina)* கொண்டு செய்யப்படும் சட்டினி மிகவும் பிரபலமான உணவாகும். இதனுடைய தனித்தன்மை மற்றும் சுவையின் காரணமாக இந்தச் சட்டினிக்கு ஜனவரி 2024 முதல்வாரத்தில் புவிசார் குறியீடு (G.I.tag) வழங்கப்பட்டுள்ளது.

சமீபத்தில், ராய்ப்பூர் பகுதியைச் சேர்ந்த பூச்சிகள் துறை பேராசிரியர் ஸ்ரீவஸ்தவா அவர்கள் நோய் நிவாரணம் மற்றும் உணவுக்காகப் பூச்சிகளை உட்கொள்ளும் பழக்கம் தொடர்பாக ஒரு கட்டுரை வெளியிட்டு இருந்தார். அந்தக் கட்டுரையில் அவர் ஆசியா, ஆப்பிரிக்கா, ஆஸ்திரேலியா, லத்தின் அமெரிக்காவைச் சேர்ந்த கிட்டத்தட்ட 200 கோடி பழங்குடி மக்கள், 1900 வகையான பூச்சிகளை உணவாக உட்கொள்கிறார்கள் என்று தெரிவித்திருக்கிறார். மேலும், இவற்றை ஆய்வுக்கு உட்படுத்தும்போது கோழி, ஆடு, பன்றி மற்றும் மாட்டு இறைச்சியில் கிடைக்கும் அளவுக்குப்

புரோட்டீன்கள் பூச்சிகளை உணவாக எடுத்துக்கொள்ளும்போதும் கிடைக்கிறது என்று குறிப்பிடுகிறார். மேலும், பூச்சி உணவு வகைகளில் அதிக அளவு கால்சியம், இரும்பு, துத்தநாகம், அமினோ அமிலங்கள், மெக்னீசியம், பாஸ்பரஸ், செலினியம், துத்தநாகம், ரிபோஃப்ளேவின் சத்துகள் உள்ளதாகவும் ஆய்வுகள் தெரிவிக்கின்றன. அதேசமயம், மிகக் குறைந்தளவு கொழுப்புச்சத்து, பூச்சி உணவு வகைகளில் உள்ளது என்றும் கண்டுணர்ந்து உள்ளனர். சமீபத்திய ஆராய்ச்சிகள், பூச்சிகளை உணவாக உட்கொள்ளும்போது செரிமானம் எளிதாக நடப்பதை உறுதிபடுத்தி உள்ளன.

பல வளர்ந்த நாடுகளில் பூச்சிகளை உணவாக உட்கொள்ளும் பழக்கம் அதிகரித்து வருகிறது. இன்று பல இடங்களில் பட்டுப்பூச்சியின் புழுக்கள் மற்றும் சாகோ புழுக்கள் போன்றவை சாக்லேட் பார்களைப்போல விற்பனையில் உள்ளது என்பது இங்கே குறிப்பிடத்தக்கது. மேலும், வெட்டுக்கிளி மற்றும் கிரிக்கெட் (தத்துவண்டு/ சில்வண்டு) ஆகியவற்றைக் காயவைத்து, பொடியாக மாற்றி அதை ரொட்டி முதலானவை செய்து விற்கும் பேக்கரிகளில் பயன்படுத்துவதாகவும் அறிய முடிகிறது.

உலக அளவில் இன்று பல கார்ப்பரேட் நிறுவனங்கள் பூச்சி உணவு வகைகளைச் சந்தைப்படுத்துவதில் கால்பதித்து உள்ளது என்பது மிகவும் ஆச்சரியமான ஒரு விஷயம் (Aspire Food Group (U.S.), All Things Bugs LLC (U.S.), Global Bugs Asia Co., Ltd (Thailand), Nutrition Technologies Group (Singapore)). மேலும், லண்டனில் உள்ள பார்க்லேஸ் (Barclays) வங்கி தனது அறிக்கை ஒன்றில் பூச்சி உணவுகளின் வர்த்தகம் தற்போது இரண்டு கோடி அளவில் உள்ளதாகவும், இது 2030 காலகட்டத்தில் 800 கோடிகள் வரை உயரும் என்று கணக்கிட்டு உள்ளதாக பேராசிரியர் ஸ்ரீவஸ்தவா தனது கட்டுரையில் குறிப்பிட்டு உள்ளார்.

மருந்து வகைகள்

உலகின் பல்வேறு பகுதிகளில் உள்ள பழங்குடியின மக்கள் இன்றளவும் பல நோய்களுக்கு நிவாரணமாகப் பூச்சிகளையே நம்பி யுள்ளனர். இன்றும் ஆப்பிரிக்காவின் பல பகுதிகளில் ஊட்டச்சத்து குறைபாடு உள்ள குழந்தைகளுக்குக் கம்பளிப் பூச்சிகளைக் காய

வைத்து அரைத்து மாவாக உட்கொள்ளக் கொடுக்கும் பழக்கம் உள்ளது. அதுபோலவே, பாப்புவா நியூ கினியா தீவுகளைச் சேர்ந்த மக்கள் லயசின் சத்து குறைபாட்டுக்காக பனைமரத்தில் உள்ள தென்னை சிவப்புக்கூன் வண்டுகளின் லார்வாக்களை (Rhynchophorus ferrugineus) மருந்தாக உட்கொள்கிறார்கள். எலும்பு மற்றும் மூட்டுவலி ஆகியவற்றுக்கு வீவர் அண்ட் (Oecophylla smaragdina) என்று சொல்லப்படுகின்ற நெசவாளர் எறும்புகளை டானிக் போன்று தயார்செய்து எடுத்துக்கொள்ளும் பழக்கம் சீனா மற்றும் திபெத்திய மக்களிடம் உள்ளது. மேலும், இரும்புச்சத்து குறைபாடு உள்ளவர்கள் சிவப்பு எறும்புகளை மருந்தாகச் சாப்பிடுகிறார்கள்.

பொதுவாகவே, பூச்சிகளின் உடம்பில் உள்ள பல வேதிப் பொருட்கள் மருத்துவக் குணம் நிரம்பியதாக உள்ளன. இது தொடர்பாக pharmaceutical entomology மருந்து பூச்சியியல் என்று ஒரு தனித் துறையே தற்போது பல இடங்களில் சிறப்பாகச் செயல்பட்டு வருகிறது. இதுவரை அவர்கள் ஆயிரத்துக்கு மேற்பட்ட வேதிப்பொருள்களைப் பூச்சிகளின் உடம்பிலிருந்து பிரித்து எடுத்து அதன் மருத்துவப் பயனை ஆராய்ந்து வருகிறார்கள் என்பது வியப்பான விடயம் ஆகும்.

மரபியல் ஆய்வுகள்

மரபியலின் பல அடிப்படை உண்மைகளை ஆராய பூச்சிகள் பெருமளவில் உதவின என்பது நம்மில் பலரும் அறிந்திடாத ஒன்று. உதாரணமாக, ஃப்ரூட் ப்ளை (Drosophila melanogaster) என்று சொல்லப்படுகின்ற பழ ஈக்களும், nut weevil (Curculio nucum) என்று சொல்லப்படுகின்ற மாவு வண்டுகளும் அதிக அளவு மரபியல் சம்பந்தப்பட்ட ஆய்வுகளுக்கு உட்படுத்தப்படுகின்றன. தற்போது ஹார்மோன் மற்றும் நரம்பு மண்டலங்களைப் பற்றி அறிந்துகொள்ளவும் பூச்சி இனங்களே பெரிதும் பயன்படுகின்றன என்பதை நாம் நினைவில் கொள்ள வேண்டும்.

தடய அறிவியல் துறை

கொலை மற்றும் பல சமூகக் குற்றங்களில் ஈடுபடும் குற்ற வாளிகளைக் கண்டுபிடிக்க பூச்சி இனங்கள் பெரிய அளவில்

காவல்துறைக்கு உதவி புரிகிறது என்பது வியப்புக்கு உரிய ஒன்று. இறந்த உடம்பில் இருக்கும் முட்டை, லார்வா மற்றும் புழுக்கள் இனங்களைக் கண்டுகொள்வதின் மூலம் கொலை நடந்த இடம் நேரம் போன்றவற்றைத் துல்லியமாக அறியலாம். பூச்சிகள் மூலம் துப்பு துலக்கும் முறை 13ஆம் நூற்றாண்டில் சீனாவில் தொடங்கியது. பின்பு, 18 மற்றும் 19ஆம் நூற்றாண்டுகளில் பிரான்ஸ், அமெரிக்கா, கனடா, பிரேசில் போன்ற நாடுகளுக்குப் பரவியது. உலக அளவில் பல நாடுகளில் இதுபோல இறந்த மனிதர்கள் மற்றும் விலங்குகளை நோக்கி வரும் பூச்சிகளைப் பற்றிய தனி பட்டியல்களை உருவாக்கி உள்ளனர். குறிப்பாக, 400 வகையான பூச்சி இனங்கள் சடலம் சிதைவடையும் பல்வேறு காலகட்டத்தில் வருவதாகப் பதிவுசெய்து உள்ளனர். இவ்வகையான பூச்சிகளின் இருப்பை நாம் சடலங்களில் உள்ள அவற்றின் முட்டை, லார்வா, போன்றவற்றின் உதவியுடன் எளிதில் கணக்கிடலாம்.

இறந்த உடல்களைச் சில பூச்சிகள் உணவாக உட்கொள்கின்றன. அவை necrophagous insects அதாவது 'இறந்த உடலைத் தின்கிற பூச்சிகள்' என்று அழைக்கப்படுகிறது. இவற்றின் வருகை நேரம்கூட சிறந்த துப்புகளைக் கொடுக்கிறது என்கிறார்கள் ஆராய்ச்சியாளர்கள். பூச்சிகளைக் கொண்டு துப்பறியும் இந்தத் துறைக்கு forensic entomology என்று பெயர். உலக அளவில் நூற்றுக்குக் குறைவான வல்லுனர்களே இத்துறையில் உள்ளனர் என்பது மிகவும் வருத்தத்துக்கு உரியதாகும்.

இந்தியாவைப் பொறுத்தவரை நம்மிடம் மேற்குறிப்பிட்டது போன்ற எந்தவிதப் பட்டியலும் இல்லாதது மிகவும் வருத்தப்பட வேண்டிய ஒரு விஷயமாகும்.

பூச்சிகளைப் பாதுகாக்க

பல நன்மை செய்யும் பூச்சிகள் இவ்வுலகில் உள்ளது. அவை பல்வேறு வழிகளில் மனிதனுக்கும், தாவரத்துக்கும், சூழலியல் மண்டலங்களுக்கும் பெரும் நன்மைகளைச் செய்கின்றன. ஆனால், நம்முடைய தவறான வேளாண்மைக் கொள்கை (ரசாயன உரம் மற்றும் பூச்சிக்கொல்லிகளை இடுதல்) மற்றும் காடுகளை அழித்தல், நகரமயமாக்குதல், ஒளிமாசு, நீர்நிலைகளில் ஏற்படும் மாசு, காலநிலை மாற்றம் போன்றவை பூச்சி இனங்களுக்குப் பெரும்

பாதிப்புகளை உண்டாக்கி வருகின்றன. உலகில் தற்போது 40% பூச்சி இனங்கள் அழிவின் விளிம்பில் உள்ளன என்பதை நாம் உணர வேண்டும்.

கொள்கைரீதியாகப் பல முடிவுகளை எடுக்கும் காலகட்டத்தில் நாம் உள்ளோம். மத்திய மற்றும் மாநில அரசுகள் இணைந்து, அழியும் நிலையில் உள்ள பூச்சிகள் பற்றிய பட்டியலைத் தயாரித்து வெளியிட வேண்டும். பூச்சிகளுக்கு நேரடியாகத் தீங்கிழைக்கும் ரசாயன பூச்சிக்கொல்லிகள், நீர்நிலை மாசு போன்ற காரணங்களுக்குத் தகுந்த அறிவியல்பூர்வமான தீர்வு காணவேண்டும். ஆதார உயிரினங்களான சிங்கம், புலி, யானை போன்றவற்றைப் பாதுகாக்கக் கொடுக்கும் அதே அளவு முக்கியத்துவத்தை, பூச்சிகளைப் பாதுகாப்பதற்கும் நாம் கொடுக்க வேண்டும்.

அரசு மட்டுமின்றி பொதுமக்களாகிய நாமும் சில முனைப்புகளை முன்னெடுக்க வேண்டியது காலத்தின் கட்டாயமாகும்.

குறிப்பாக, நமது வீடுகளைச் சுற்றி அதிகம் வண்ணப்பூக்கள் பூக்கும் செடிகளை வளர்ப்பதன் மூலமும், அதிக ஒளி உமிழும் எல்.ஈ.டி. விளக்குகளை வெளிப்பகுதிகளில் தவிர்ப்பதன் மூலமாகவும் நாம் பல பூச்சி இனங்களைப் பாதுகாக்கலாம். மேலும், தூக்கி எறியும் காகித மற்றும் பிளாஸ்டிக் கப்புகளைத் தகுந்த முறையில் அப்புறப்படுத்துவது போன்ற சிறிய விஷயங்கள்கூட பல பூச்சி இனங்களை மீட்டு எடுக்க உதவும்.

முன்பே கூறியது போல் பூச்சி இனங்கள் அழியும் பட்சத்தில் உலகம் மிகப் பெரிய உணவுப் பஞ்சத்தின் பிடியில் சிக்கும், அதன் தொடர்ச்சியாகப் பட்டினிச்சாவுகளையும், இன்னும் பல சமூக, பொருளாதாரச் சிக்கல்களையும் நாம் எதிர்கொள்ள வேண்டிவரும். பூச்சிகளைப் பாதுகாப்பது என்பது நமது எதிர்கால சந்ததிக்கு நாம் சேர்த்து வைக்கும் மிகப்பெரிய, முக்கியமான சொத்து என்பதை முதலில் நாம் மனபூர்வமாக உணர வேண்டும்.

பல்லுயிர் பன்மையைச் சிதைக்கும் ஒளிமாசு

17ஆம் நூற்றாண்டின் பிற்பகுதியில் பிரிட்டனில் தொடங்கிய தொழிற்புரட்சி முதல், தற்போதைய நான்காம் தலைமுறை தொழிற்புரட்சி மற்றும் பசுமை, நீல, வெண்மை... கூடுதலாக இன்றைய டிஜிட்டல் புரட்சி வரை நேரடியாகவும், மறைமுகமாகவும் இயற்கையான சூழ்நிலை மண்டலங்களைப் பல வகையில் தொடர்ச்சியாகப் பாதித்து வருகின்றன. இந்தப் பாதிப்பின் விளைவாகக் கடந்த முந்நூறு ஆண்டுகளில் பல்லாயிரக்கணக்கான உயிரினங்கள் அழிந்துவிட்டன; அழிந்தும் வருகின்றன.

பொருளாதாரத்தை மட்டுமே மையப்படுத்திய இப்புரட்சிகளின் விளைவாக, காற்று, நிலம், நீர், ஆகாயம் போன்றவை கடுமையாகப் பாதிக்கப்பட்டுள்ளன. பூச்சிக்கொல்லி மருந்துகள், உரங்கள், கனரக உலோகங்கள், இயந்திரச் சத்தம் மற்றும் ஆலைகளில் இருந்து வெளியேற்றப்படும் கழிவுகள் போன்றவை சூழ்நிலை மண்டலங்களை, தொடர்ந்து மாசுபடுத்தியே வந்திருக்கின்றன. இந்த மாசுபாடுகளின் காரணமாக எவ்வாறு உயிரினங்கள் பாதிக்கப் படுகின்றன என்பதைப் பற்றி ஆயிரக்கணக்கான அறிவியல் ஆய்வுக் குறிப்புகள் நம்மிடையே உண்டு. எடுத்துக்காட்டாக, வேளாண் புரட்சிக் காலகட்டத்தில் பயன்படுத்தத் தொடங்கிய பூச்சிக்கொல்லி மருந்துகள் மற்றும் ரசாயன உரங்கள் எவ்வாறு வேளாண் நிலங்களில் இருந்த பல்லுயிர் பன்மையைச் சிதைத்தன என்பதை, 1962ல் ரேச்சல் கார்சன் தனது 'மௌன வசந்தம்' நூலில் மிகத் தெளிவாக எழுதியுள்ளார். இன்றுவரை அதிகம் விற்பனையாகும் சூழ்நிலையியல் நூலாக 'மௌன வசந்தம்' உள்ளது என்பது இங்கே குறிப்பிடத்தக்கது.

சூழ்நிலை மண்டலங்களையும், வன உயிரிகளையும் பாதிக்கும் பலதரப்பட்ட மாசுகளைப்போல் ஒளிமாசு (light pollution) பல வகையில் சூழ்நிலை மண்டலத்தைப் பாதிக்கிறது. நவீன உலகில், கடந்த 20 ஆண்டுகளில் பல லட்சம் உயிரினங்கள் ஒளிமாசு காரணமாகப் பாதிக்கப்பட்டு உயிரிழந்திருக்கின்றன. ஆனால், இந்த ஒளிமாசு பற்றிய விழிப்புணர்வு போதுமான அளவு மாணவர்கள், ஆராய்ச்சியாளர்கள், அரசு அதிகாரிகள் மற்றும் பொதுமக்களிடமும் இல்லை என்பது மிகவும் கசப்பான உண்மையாகும்.

இருள் சூழ்ந்து இருக்க வேண்டிய இரவு நேரங்களில் செயற்கை யான முறையில், பொருத்தமற்ற வகையில், அளவுக்கு அதிகமான ஒளியை மின்சார விளக்குகளில் இருந்து சுற்றுபுறங்களில் பரவச் செய்வதே ஒளிமாசு ஆகும்.

பொதுவாக LED, CFL, ஹாலோஜன் விளக்குகள் மிக அதிக அடர்வு கொண்ட ஒளியை உமிழும். உலகமயமாக்கல், துறைமுக விரிவாக்கம், புதிய ஆலைகள் மற்றும் சாலைகள், விமான நிலையங்கள் மற்றும் நகரமயமாக்குதல் போன்ற சமகால வளர்ச்சிப் பணிகள் அனைத்திலும் அதிக ஒளி உமிழும் மின்சார விளக்குகளே பெரும்பாலும் பயன்படுத்தப்படுகின்றன. குறிப்பாக, இவை பாதுகாப்பு மற்றும் இரவுநேரப் பணி, தடங்கல் இன்றி நடக்க உதவுகிறது என்று காரணங்கள் கூறப்பட்டாலும், மேற்கூறிய இடங்களில் ஒளிமாசு என்பது ஒரு சாதாரண நிகழ்வாகவே ஆகிவிட்டது என்பதுதான் நிதர்சனம்.

சமீபத்திய ஒரு ஆய்வின்படி, கடந்த 20 ஆண்டுகளில் ஒளிமாசு ஆண்டுக்கு 2% சராசரியாக அதிகரித்து வருவது பதிவுசெய்யப் பட்டிருக்கிறது. உலக மக்கள்தொகையில் 80% மக்கள், ஒளி வெள்ளத்தின் கீழ் வசிக்கிறார்கள். குறிப்பாக ஐரோப்பா மற்றும் வட அமெரிக்கப் பகுதிகளில் 90% மக்கள், ஒளிமாசு இருக்கும் இடத்தில் வசித்து வருகின்றார்கள். இது அவர்களுக்குப் பல வகையில் உடல் மற்றும் மனரீதியான மாற்றங்களை உண்டு செய்கிறது என்கிறது மருத்துவ ஆய்வு.

ஒளியும் சூழ்நிலை மண்டலமும்

உலகின் பல முக்கியமான சூழ்நிலை மண்டலங்கள் மற்றும் அவற்றை நம்பி இருக்கும் வன உயிரிகள் அனைத்தும் தொடர்ந்து ஒளிமாசு காரணமாகப் பாதிக்கப்படுகிறது. குறிப்பாக, இது தாவரங்கள் மற்றும் வலசை போகும் உயிரினங்கள், இரவு சஞ்சாரிகளான பூச்சிகள், வவ்வால்கள் மற்றும் சில பறவை இனங்களைப் பெரிதும் பாதிக்கிறது. மேலும், கடல்ஆமைகள் இனத்துக்கு இவை பெரும் தீங்கு இழைக்கின்றன என்கிறது ஆராய்ச்சிக் குறிப்புகள்.

ஒரு சூழ்நிலை மண்டலத்தின் சக்தி ஆதாரம் என்பது இயற்கையான சூரியஒளியே ஆகும். பல கோடி வருடங்களாகத் தாவரங்கள் மற்றும் விலங்கினங்களின் உயிரியல் அடிப்படைத் தேவைகள் சூரியஒளியைச் சார்ந்தே இருக்கின்றன. மரபியல் அடிப்படையில்கூட அவற்றுக்கு ஒளி என்பது மிகவும் அத்தியாவசியமான ஒன்று என்ற புரிதல் உண்டு. உலகில் இருக்கும் பெரும்பகுதி உயிரினங்கள், சூரியஒளி அதிகம் இருக்கும் பகல் பொழுதுகளில் மிகவும் சுறுசுறுப்பாகச் செயல்படுகின்றன. மேலும், ஒளியின் அடர்த்தி அல்லது நீளம் குறையும் மாலை நேரங்களில் அவற்றின் நடவடிக்கைகளில் மாற்றம் ஏற்படும். அதாவது, சூரியஒளி மறைவதற்கு முன்பே அவை தங்கள் இருப்பிடம் திரும்பி விடுகின்றன. பிறகுவரும் இரவுநேரங்கள் அவற்றுக்கு ஓய்வாகும். அதுபோலவே, ஒளி இல்லாத இரவுப்பொழுதுகளில் மட்டுமே சுறுசுறுப்பாகச் செயல்படும் உயிரினங்களும் இங்கே உண்டு. குறிப்பாக வவ்வால்கள், ஆந்தைகள், எலி, அந்து பூச்சிகள், கரப்பான் பூச்சிகள் போன்ற பல பூச்சி இனங்களை நாம் சொல்லலாம்.

இயற்கையாகவே பல உயிரினங்களின் உணவு மற்றும் இணை தேடல், வலசைப் பயணம் போன்ற அடிப்படைத் தேவைகளுக்குச் சூரியஒளியை நம்பியுள்ளன. பல நேரங்களில் அதிக ஒளி உமிழும் செயற்கை விளக்குகள் ஒரு குறிப்பிட்ட சூழ்நிலை மண்டலம் அல்லது அதற்கு அருகில் பயன்பாட்டில் இருக்கும்போது இந்த உயிரினங்கள் அனைத்தும் சற்றே குழப்பமடைகின்றன.

செயற்கையான வெளிச்சத்தை சூரிய வெளிச்சம் என்று நம்பி தொடர்ந்து சுறுசுறுப்பாகச் செயல்படுகின்றன. அவ்வாறு செயல்படும்போது இயற்கைக்கு முரணாக அதிக நேரம் ஓய்வின்றி செயல்படுவதால் சீக்கிரம் களைப்படைந்துவிடுகின்றன. மேலும், இந்தச் செயலானது அவற்றின் இனப்பெருக்கச் சுழற்சி மற்றும் தினசரி நடவடிக்கைகளில் பெரிய பாதிப்புகளை ஏற்படுத்துகிறது என்கிறது ஆய்வுக் குறிப்புகள்.

தாவரங்களின் மீது ஒளியின் தாக்கம்

அதிக ஒளி உமிழும் செயற்கையான மின் விளக்குகளின் கீழ் வளரும் தாவரங்கள் பல வகையான பாதிப்புகளைச் சந்திக்க நேரிடுகிறது. பொதுவாகவே, தாவரத்தின் உயிரியல் ஒழுங்கு என்பது சூரிய வெளிச்சத்தைச் சார்ந்தே உள்ளது. குறிப்பாக, பகல் நேர ஒளிச்சேர்க்கைக்குப் பின் நிகழவேண்டிய வளர்சிதை மாற்றங்கள் நிகழாமல் இருப்பதற்கு அல்லது குறைந்தே காணப்படுவதற்கு இரவுநேரங்களில், அதிக ஒளி உமிழும் செயற்கை மின்விளக்குகள் காரணமாக இருக்கின்றன. 2017ஆம் ஆண்டு வெளிவந்த ஒரு ஆய்வுக் குறிப்பின்படி, ஒளிமாசு அதிகம் உள்ள பகுதிகளில் இருக்கும் தாவரங்களின் மகரந்தச் சேர்க்கை பெருமளவு பாதிக்கப்படுகிறது. இதற்கு முக்கிய காரணமாக அவர்கள் குறிப்பிடுவது மகரந்தச் சேர்க்கைக்குக் காரணமாக இருக்கும் சிறிய பூச்சி இனங்கள் மற்றும் தேனீக்கள் அதிக ஒளி உமிழும் விளக்குகளால் ஈர்க்கப்படும். பிறகு, அங்கேயே அவற்றுக்கு மரணம் சம்பவிக்கும். பொதுவாகவே பூச்சியினங்கள் ஒளியை நோக்கி நகரும் தன்மை உடையது என்பது நாம் அறிந்ததே. எனவே, அதிக அளவு மகரந்தச்சேர்க்கையில் ஈடுபடும் பூச்சி இனங்கள் ஒளிமாசு காரணமாக அழிவதால் வேளாண் உற்பத்தியை இது பெருமளவில் பாதிக்கும் என்பது எதார்த்தம். இன்றளவும் நாம் நகரங்களின் பல பகுதிகளில் ஒளி அதிகம் உமிழும் விளக்குகளின் கீழ் நூற்றுக்கணக்கான தேனீக்கள் இறந்து கிடப்பதைப் பார்க்கலாம். மேலும் தேனீ குடும்பத்தில் உள்ள உலகின் ஒரே ஒரு இரவு சஞ்சாரியான தச்சர் தேனீ (carpenter bee) இரவு பூக்கும் தாவரங்களின் மகரந்தச்சேர்க்கைக்குப் பெரிதும் உதவும். ஆனால், சமீபகாலமாக மும்பையில் இருந்து

CFL ஒளிக்குக் கீழ் வளரும் நெற்பயிர்கள் இன்னும் கதிர்கள் வராமல்/முதிர்ச்சி அடையாமல் உள்ளன. (Photo credit; ப.சோனை ராஜ், துணை முதல்வர், நிஸா மெட்ரிகுலேஷன் உயர்நிலைப்பள்ளி, தேரமுந்தூர்).

மின் விளக்கு ஒளியால் ஈர்க்கப்பட்டு இறந்து கிடக்கும் மலைத் தேனீக்கள் (Photo credit: கோவிந்தராஜ்).

100 கிலோமீட்டர் தொலைவில் உள்ள பீமா சங்கர் வனவிலங்குச் சரணாலயத்தில் இதன் எண்ணிக்கை அதிவேகமாகக் குறைந்து வருவது கண்டுபிடிக்கப்பட்டுள்ளது. இதற்குக் காரணம், மும்பைப் பகுதியில் உமிழப்படும் அதிக அளவு வெளிச்சம் ஏற்படுத்தும் skyglow விளைவு என்கின்றனர் ஆராய்ச்சியாளர்கள்.

கடல் உயிரினங்கள் மேல் தாக்கத்தை ஏற்படுத்தும் ஒளிமாசு

உலக அளவில் ஒளி மாசு காரணமாக அதிகம் பாதிக்கப்படும் ஒரு சூழ்நிலை மண்டலம் கடல்தான். உலகின் கடற்பரப்பில் 19 லட்சம் கிலோமீட்டர் அளவுக்கு கடல் பரப்பானது தொடர்ந்து ஒளிமாசால் பாதிக்கப்படுகிறது. இந்த ஒளிமாசானது கிட்டத்தட்ட ஒரு மீட்டர் ஆழம் வரை கடலினுள் ஊடுருவிச் செல்கிறது. இந்தச் செயற்கையான ஒளி கடலினுள் ஊடுருவி செல்லும்போது கடலில் இருக்கும் மிதவை உயிரினங்கள் பெரும்பாலும் அதிக அளவு பாதிக்கப்படுகின்றன. சூரியஒளியை நம்பி தினமும் வலசை போகும் இந்த மிதவை உயிரினங்கள், செயற்கை ஒளியினால் தடுமாற்றம் அடைகின்றன. இது வலசை போகும் கால அளவுகளில் சற்றுத் தடுமாற்றம் அடைவதனால் காலப்போக்கில் அவற்றின் எண்ணிக்கை மிகவும் குறைகிறது. இந்த மிதவை உயிரிகள்தான் சிறு மீன்களுக்கு உணவாகும். எனவே, பல லட்சக்கணக்கான இந்த மிதவை உயிரிகளின் எண்ணிக்கை கடலில் குறையும் பட்சத்தில் இது கடல்மீன் வளத்தையே பெரிய அளவில் பாதிக்கும் என்கின்றன ஆய்வுக் குறிப்புகள். மேலும், கடலில் 'மழைக்காடுகள்' என்று அழைக்கப்படும் பவளத்திட்டுகள் ஒளிமாசின் காரணமாகப் பெரிய பாதிப்புகளைச் சந்தித்து வருவதாக ஆரம்பகட்ட ஆய்வுகள் குறிப்பிடுகின்றன.

1963 முதல் 2009, 2014ஆம் ஆண்டுகள் வரை உலகின் பல பகுதிகளில் ஒளி மாசு காரணமாக கடல் ஆமை இனங்கள் எவ்வாறு பாதிக்கப்படுகின்றன எனப் பல ஆய்வுகள் தெளிவாக விளக்கி உள்ளன. முட்டையிலிருந்து அதிகாலை நேரத்தில்தான் ஆமைக் குஞ்சுகள் வெளிவரும். அவை மணல்பரப்புக்கு வரும் நேரமும் சூரியன் கடலில் இருந்து உதயமாகும் நேரமும் ஒரே நேரமாகும், எனவே சூரிய வெளிச்சத்தை நோக்கி அந்த சிறிய ஆமைக்குஞ்சுகள் முன்னேறும், சிறிது நேரத்திலேயே அவை கடல்நீரை அடைந்து

நீந்தத் தொடங்கிவிடும். ஆனால், தற்போது பல கடற்கரைகளில் அதிக ஒளி உமிழும் விளக்குகள் பயன்பாட்டிற்கு வந்துவிட்ட காரணமாக அவற்றால் சூரியஒளி எது செயற்கை ஒளி எது என்பதைப் பிரித்துணர முடிவதில்லை, இதன் காரணமாகவே, கடலை நோக்கி அவை நகர்வதற்குப் பதிலாக எதிர் திசையில் அவை பயணிக்கின்றன. இவ்வாறு எதிர் திசையில் பயணிக்கும் நேரத்தில் நன்கு விடிந்துவிடுகிறது. அதே நேரத்தில், கடற்பறவைகள், காகங்கள் மற்றும் நாய்களுக்கு இவை உணவாக மாறிவிடுகின்றன. இதன் காரணமாக கடல் ஆமைகளின் எண்ணிக்கை பெரிய அளவில் வீழ்ச்சியடைந்து வருவதாக ஆய்வுக் குறிப்புகள் கூறுகின்றன.

இந்தியாவைப் பொறுத்தவரை கடல் ஆமைகள் அதிக எண்ணிக்கையில் குவிந்து முட்டையிடும் இடமாக அறியப்பட்ட ஒரிசாவில் உள்ள காஹிர்மாதா கடற்கரையில் ஓர் ஆய்வு மேற்கொள்ளப்பட்டது. அந்தப் பகுதியில் உள்ள கலங்கரை விளக்கம் மற்றும் 1990களில் நிறுவப்பட்ட ஏவுகணை தளம், 2000ஆண்டுகளில் நிறுவப்பட்ட தாம்ரா துறைமுகம் போன்றவற்றில் இருந்து வெளிவரும் ஒளி எவ்வாறு ஆமைகளைப் பாதிக்கின்றது என்று ஓர் ஆய்வு மேற்கொள்ளப்பட்டது. கலங்கரை விளக்கம் பகுதியில் இருந்து 100 மீட்டர் முதல் 10,000 மீட்டர் வரை இந்த ஆய்வு மேற்கொள்ளப்பட்டது. இந்த ஆய்வின் முடிவில் கிட்டத்தட்ட 179 ஆலிவ் ரெட்லி வகை ஆமைக்குஞ்சுகள் பாதை மாறி மரணித்தது பதிவுசெய்யப்பட்டது.

பறவைகள்

ஒளி மாசு காரணமாக அதிக இழப்புகளைச் சந்தித்து வரும் இனம் பறவைகளே. ஒவ்வொரு வருடமும் வலசை போகும் பல லட்சம் பறவைகள் ஒளிமாசு காரணமாக உயிரிழப்பதாக உலகம் முழுவதும் பல இடங்களில் பதிவுசெய்யப்பட்டுள்ளது. குறிப்பாக, வாத்து, அன்னம், கடல் காகம் (sea gull), வானம்பாடிகள் (larks), பொரி உள்ளான் (wood sandpiper) போன்றவை அதிக உயிரிழப்புகளைச் சந்திக்கும் இனங்கள். வலசை போகும் பர்பிள்/ ஊதா மார்டின் *(Progne subis)* பல நாட்கள் அதிக செயற்கையான ஒளி இருக்கும் இடத்தில் இருப்பதால் அவற்றின் உயிரியல் கடிகாரம் தடுமாற்றத்துடன் செயல்படுவது கண்டறியப்பட்டுள்ளது. இதன்

காரணமாக அவை வழக்கத்துக்கு மாறாக எட்டு நாட்களுக்கு முன்பே வலசை பயணத்தைத் தொடங்குகின்றன. மேலும், குறிப்பிட்ட நாட்களுக்கு முன்பே அவை இலக்கை அடைந்துவிடுவதால் சாதகம் அற்ற காலநிலை, உணவு பற்றாக்குறை மற்றும் வேறு சில இன்னல்களைச் சந்திக்க நேரிடுவதாக ஆய்வுகள் கூறுகின்றன. செயற்கை ஒளிகளை அவை இயற்கை ஒளிகள் என்று நம்புகின்ற காரணத்தினால் தொடர்ந்து அவை பயணிக்கின்றன. அவ்வாறு பயணிக்கும் போது ஆற்றல் இழப்பு ஏற்படுகிறது. பல நேரங்களில் அவை மற்ற உயிரினங்களுக்கு உணவாகவும் மாறிவிடுகிறது.

ஆஸ்திரேலியாவின் பெரும் நகரங்களில் வசிக்கும் புறா மற்றும் ஆஸ்திரேலியா வண்ணாத்திக்குருவி (magpie-robin) போன்ற பறவைகள் அதிக ஒளிமாசு இருக்கும் சூழ்நிலையில் வசிப்பதால் அவற்றுக்குத் தூக்கம் தொடர்ந்து கிடைப்பதில்லை. பல பகல் பொழுதுகளில் அவை தடுமாற்றத்துடன் நடந்துகொள்கின்றன என்று ஆஸ்திரேலியா பறவையியல் நிபுணர்கள் குறிப்பிடுகிறார்கள்.

விழிப்புணர்வு

ஒளிமாசு மற்றும் வன விலங்குகளின் மேல் அதன் தாக்கம் ஆகியவற்றைப் பற்றிய விழிப்புணர்வு உலக அளவில் பரவலாக யாரிடமும் பெரிதாக இல்லை என்கிறது ஆய்வுகள். உதாரணமாக, டெல்லியில் உள்ள தௌலத் ராம் கல்லூரியின் 2020-2021ஆம் ஆண்டுகளில் ஒளிமாசு பற்றிய சில அடிப்படைக் கேள்விகளை பொதுமக்களிடம் கேட்டனர். அந்த ஆய்வின் முடிவின்படி 57% இந்தியர்களுக்கு ஒளி மாசு என்ற வார்த்தையே தங்களுக்குப் புதிதாக இருப்பதாகக் கூறினார்கள். மேலும், மீதமுள்ள 43% மக்கள் அது பற்றிய சிறு விழிப்புடன் இருப்பதாக அறியப்பட்டது. 2013 மற்றும் 2019 வரை உள்ள காலகட்டத்தில் ஒளிமாசு அளவானது டெல்லி, உத்தரப்பிரதேசம், பீகார், மகாராஷ்டிரா, தெலுங்கானா மற்றும் தமிழகம் போன்ற மாநிலங்களில் உள்ள பெரும் நகரங்களில் வெகுவாக அதிகரித்து வந்திருக்கின்றது.

ஒளிமாசு பற்றிய விழிப்புணர்வு தென் கொரியாவில் அதிகமாகவே உள்ளது. 2009ஆம் ஆண்டுகளிலேயே தென் கொரிய அரசாங்கம் ஒளி மாசுவைக் கட்டுப்படுத்த பல திட்ட அறிக்கைகள் மற்றும்

வரையறை வகுத்துச் செயல்படுத்தியது. ஒளிமாசு சட்டம்கூட அங்கே அமலில் உள்ளது, சட்டத்தை மீறுபவர்களுக்கு அமெரிக்க டாலர் மதிப்பில் ஆயிரம் அபராதம் விதிக்கப்படுகிறது.

அமெரிக்காவின் டெக்ஸாஸ் மாநிலத்தில் உள்ள சான் அந்தோனியோ (San Antonio) என்ற நகரம் பறவைகளின் நகரம் என்று அறியப்படுகிறது. கிட்டத்தட்ட ஒரு லட்சத்து 53 ஆயிரம் பறவைகள் வரை வலசைப் போவதற்காக அந்தப் பகுதியை பயன்படுத்துகிறது. இந்தப் பறவைகள் ஒளிமாசு காரணமாகப் பல நேரங்களில் உயிரிழக்கின்றன. இந்த மாதிரியான உயிர் இழப்புகளைத் தவிர்ப்பதற்காக வனத்துறையானது வலசை போகும் காலங்களில் அந்தப் பகுதியில் உள்ள விளக்குகளை அணைக்கும் முறையினைப் பின்பற்றி வருகிறது. இதன் காரணமாக அதிகமான உயிர்ச்சேதம் அங்கே தவிர்க்கப்படுகிறது.

தென்னாப்பிரிக்காவில் உள்ள நகர பல்லுயிர் மையம் மற்றும் வன உயிர் சார்ந்த நிறுவனங்கள், 19, ஏப்ரல் 2023 அன்று வன உயிரிகள் மற்றும் நகர ஒளிமாசு வழிகாட்டியை வெளியிட்டு உள்ளது. இதன் மூலம் உலகில் உள்ள பல பெரிய நகரங்களில் வசிக்கும் மக்கள் எவ்வாறு ஒளி மாசுவைக் கட்டுப்படுத்தலாம் என்ற விவரங்கள் அதில் பதிவேற்றம் செய்துள்ளன.

மேலும், ஏப்ரல் 15 முதல் 22 வரை உள்ள காலகட்டத்தில் அவர்கள் உலக இருட்டு வாரமாகக் கடைபிடிக்க அறிவுறுத்தி உள்ளனர் (International dark sky week). இதில் சிறப்பாகவே செயல்பட்டு வரும் 'சர்வதேச இருண்ட வானம் சங்கம்' என்று அழைக்கப்படும் International Dark-Sky Association - IDA பங்களிப்பும் உள்ளது.

ஒளி மாசிலிருந்து உயிரினங்களைப் பாதுகாக்கப்பது மட்டுமின்றி நாமும் நம்மைக் காத்துக்கொள்ள இந்த வகையான வழிகாட்டிகள் நமக்கு உதவும்.

ஆக்கிரமிப்பு உயிரினம் எனும் வல்லசுரன்
பகுதி: 1

1992, ஜூன் 3ஆம் தேதி முதல் 14ம் தேதி வரை, பிரேசில் தலைநகர் ரியோ டி ஜெனிரோவில் நடந்த சுற்றுச்சூழல் மற்றும் அபிவிருத்திக்கான ஐக்கியநாடுகள் மாநாட்டில்தான் முதன்முதலாக உலக நாடுகள் அனைத்தும் சூழலியல் மற்றும் வனவாழ் உயிரினங்கள் பாதுகாப்பின் முக்கியத்துவம் பற்றிய கருத்துகளைப் பரிமாறிக்கொண்டன. இதன் பிறகே, உலகம் முழுவதும் பல்லுயிர் பாதுகாப்புப் பற்றிய பல அறிவியல் மாநாடுகள் நிகழ்ந்தன. அத்தகைய விவாதங்களின் தொடர்ச்சியாக, டிசம்பர் 2022ல், கனடாவில் உள்ள மாண்ட்ரயில் நகரில் 15வது உயிரியல் பல்வகைமைக்கான உச்சி மாநாடு (COP-15-Convention on Biodiversity) நடைபெற்றது. அந்த மாநாட்டின் முடிவில் பல்வேறு திட்ட வரையறைகள், 2030க்குள் அடையவேண்டிய இலக்குகள், அதற்கான நிதி ஆதாரம், முன்பு ஏற்பட்ட பின்னடைவுகள் போன்ற பல விடயங்கள் விவாதிக்கப்பட்டன. முடிவில், இயற்கை மற்றும் பல்லுயிர் பாதுகாப்புச் சம்பந்தமான நான்கு மிகமுக்கிய இலக்குகள் மற்றும் 23 முக்கிய இலக்குகள் பட்டியல் இடப்பட்டு உள்ளன. இவை அனைத்தும் 2030ஆம் ஆண்டுக்குள் செய்து முடிக்க வேண்டும் என்று அனைத்து நாடுகளும் ஒப்புக்கொண்டுள்ளன.

23 முக்கிய இலக்குகளில் ஆறாவது இலக்கு என்பது அயல் உயிரினங்கள் மற்றும் ஆக்கிரமிப்பு உயிரினங்களை அழித்தல் மற்றும் கட்டுப்படுத்துதல் பற்றி உள்ளது. கடந்த 25 ஆண்டுகளில் ஆக்கிரமிப்பு உயிரினங்கள் ஏற்படுத்திய பல்லுயிர் அழிவு, பொருளாதாரப் பிரச்னை, விவாசய உற்பத்திப் பாதிப்பு போன்றவை மிகப் பரவலாக உலக அளவில் விவாதிக்கப்பட்டு வருகிறது.

அன்னிய இனங்கள்

அன்னிய உயிரினங்கள் என்பது இயற்கையாக அது காணப்படும் வாழியல் மண்டலங்கள் அல்லது நிலப்பரப்புகளில் இருந்து தனக்குத் தொடர்பே இல்லாத ஓர் இடத்தில் அறிமுகப்படுத்தப்படும் உயிரினங்கள் ஆகும். அன்னிய உயிரினங்கள் ஒரு புதிய நிலப்பரப்பை அடைவதற்கு 95% மனிதர்களே காரணமாக விளங்குகின்றனர், சில நேரங்களில் இயற்கைச் சீற்றங்களான வெள்ளம் மற்றும் புயல் காற்றுகளும் காரணமாக அமைகின்றன.

மனிதர்கள், பன்னெடுங்காலமாக 37,000க்கும் மேற்பட்ட உயிரினங்களை, கண்டங்கள் தாண்டி பல சூழ்நிலை மண்டலங்களிலும் தொடர்ந்து அறிமுகம் செய்து வந்துள்ளனர். பொதுவாக இந்த அன்னிய இனங்கள் விவசாயத்துக்காகவும், அழகு உயிரினம், உணவு விலங்குகள், செல்லப் பிராணிகள் போன்ற பெயர்களில்தான் அறிமுகப்படுத்தப்பட்டன.

உதாரணமாக, நாம் அதிகம் பயன்படுத்தும் தக்காளி, கோஸ், கேரட், உருளை, காலிபிளவர், பீட்ரூட் போன்ற காய்கறிகளை எடுத்துக் கொள்வோம் இவை அனைத்துமே வெவ்வேறு காலகட்டங்களில் இந்தியாவில் அறிமுகப்படுத்தப்பட்ட அன்னிய இனங்கள் ஆகும்.

அதேசமயம், அறிமுகப்படுத்தப்படும் அனைத்து அன்னிய உயிரினங்களும் பெரும் தீங்கு இழைப்பதும் இல்லை. குறிப்பாக, 5 முதல் 20 சதவீதம் வரை அயல் உயிரினங்களே ஆக்கிரமிப்பு இனங்களாக மாறிவிடுகின்றன.

1800களில் கொல்கத்தா தாவரப்பூங்காவில் அறிமுகப் படுத்தப்பட்ட ஆகாயத்தாமரை, இன்று இந்திய முழுவதிலும் உள்ள நீர்நிலைகளை ஆக்கிரமித்து பெரும் சேதம் விளைவித்து வருகிறது. அதுபோலவே, சீமைக்கருவேலம், உண்ணிச்செடி மற்றும் ஆப்பிரிக்க கெளுத்தி மீன்கள், டேங்கிளீனர் என்று அறியப்படும் சக்கர்மவுத் மீன்கள் போன்ற அன்னிய உயிரினங்கள், ஆக்கிரமிப்பு இனங்களாக மாறி பெரும் சேதத்தினை விளைவித்து வருகின்றன.

நீர் நிலைகளை ஆக்கிரமித்திருக்கும் ஆகாயத் தாமரைகள்

உண்ணிச் செடி

ஆக்கிரமிப்பு இனங்கள்

Invasive alian species என்று அறியப்படுகின்ற ஆக்கிரமிப்பு உயிரினங்கள் பற்றிய புரிதல் 1958க்குப் பிறகே பரவலாகப் பேசப் பட்டது. அதற்கு முக்கிய காரணம் சார்லஸ் எல்டன் என்ற ஆராய்ச்சியாளரின் 'ஆக்கிரமிப்புத் தாவரம் மற்றும் விலங்கினங்களின் சூழலியல்' என்ற கட்டுரையே ஆகும். இந்தக் கட்டுரையில் அவர் அயல் உயிரினங்களால் உள்நாட்டு உயிரினங்களுக்கு ஏற்படும் ஆபத்துகளைப் பற்றி குறிப்பிட்டு இருந்தார்.

வாழ்விட அழிவுக்கு அடுத்து அதிக அளவு பல்லுயிர் பன்மை சிதைவுக்கு முக்கிய காரணமாக ஆக்கிரமிப்பு உயிரினங்கள் உள்ளன என்கிறது சமீபத்திய ஆய்வுகள். 2020ம் ஆண்டு வெளிவந்த ஓர் ஆராய்ச்சிக் குறிப்பின்படி, உலகின் 25% தாவர இனங்கள் மற்றும் 35% விலங்கினங்கள் அழிவுக்கு முழுமுதல் காரணமாக ஆக்கிரமிப்பு இனங்கள் இருப்பதாகக் கூறி உள்ளது. குறிப்பாக, உலகம் முழுவதும் உள்ள உயிரினங்கள் 56.7 சதவீத உயிரினங்கள் அழிந்து வருவதற்கு, இந்த ஆக்கிரமிப்பு அயல் உயிரினங்கள் நேரடியாகவோ அல்லது மறைமுகமாகவோ காரணமாக இருக்கின்றன.

ஆக்கிரமிப்பு இனங்களால் ஏற்படும் பாதிப்புகள்

1958க்குப் பிறகு பல நாடுகளில் இந்த ஆக்கிரமிப்பு உயிரினங்கள் எவ்வாறு மற்றும் எப்போது சூழலியல், பல்லுயிர் மண்டலம், விவசாய உற்பத்தி மற்றும் ஒரு நாட்டின் பொருளாதாரத்தையும் பல்வேறு வகைகளிலும் சிதைக்கின்றன என்பதைத் தொடர் ஆராய்ச்சியின் மூலம் அறிந்துகொண்டனர்.

1940-52 காலகட்டத்தில் தென்பசிபிக்கடல் பகுதியில் உள்ள குவாம் (Guam) தீவில், பப்புவா நியூ கினியா தீவுகளைப் பூர்வீகமாகக் கொண்ட *Boiga irregularies* என்ற பழுப்பு நிற பாம்புகள் அமெரிக்க ராணுவ தளவாட போக்குவரத்தின்போது தற்செயலாக அறிமுகப்படுத்தப்பட்டன. அடுத்த பத்து ஆண்டுகளில் இந்தப் பாம்பு இனம் பல்கிப் பெருகி குவாம் தீவுகளில் உள்ள அபூர்வ பறவை இனங்களைத் தின்றே தீர்த்தது. குவாம் தீவில்

மட்டுமே காணப்படும் 10 பறவை இனங்கள் தற்போது முற்றிலும் அழிந்துவிட்டன. மேலும், பல பறவை இனங்கள், ஊர்வன, சிறிய பாலூட்டிகள் எண்ணிக்கை வெகுவாகக் குறைந்துவிட்டது. இந்தப் பல்லுயிர் சிதைவுக்கு மூலகாரணம் இந்தப் பழுப்பு நிற மரப்பாம்புகள் மட்டுமே என்று ஆய்வுகள் குறிப்பிடுகின்றன.

பரவலாகவே விவசாயத்தைப் பொருத்த மட்டும் ஆக்கிரமிப்பு உயிரினங்கள் ஏற்படுத்தும் சேதம் என்பது மிகப்பெரிய அளவில் உள்ளது. 2016ம் ஆண்டின் கணக்குப்படி, ஒவ்வொரு வருடமும் சராசரியாக 54,000 கோடி அமெரிக்க டாலர் மதிப்புக்கு இழப்பை ஆக்கிரமிப்பு உயிரினங்கள் உலகம் முழுவதும் ஏற்படுத்துகின்றன. உதாரணமாக, 2018ம் ஆண்டு தமிழகத்தில் 17 மாவட்டங்களில் பயிரிடப்பட்ட சோளம், *Fall armyworm* என்று அறியப்படுகின்ற படைப்புழு தாக்குதலுக்கு உள்ளானது. இதனால் பாதிப்பு அடைந்த விவசாயிகளுக்குத் தமிழக அரசு கொடுத்த நஷ்டஈடு மட்டும் 186.25 கோடிகள் ஆகும். இந்தக் காலகட்டத்தின் இந்தப் படைப்புழுவானது இந்தியாவின் 23 மாநிலங்களில் சோளக் கதிர்களைப் பாழ்படுத்தியது. இந்தியா முழுவதிலும் சோளப் பயிர்களுக்கு ஏற்பட்ட சேதம் மூலம் நாம் பல ஆயிரம் கோடி இழப்பை சந்தித்தோம். மேலும், இந்தப் படைப்புழுவானது பல தென்கிழக்கு ஆசிய நாடுகளில் அந்தக் காலக்கட்டத்தில் வெகு வேகமாகப் பரவி ஆசிய கண்டத்தின் சோள உற்பத்தியில் பலத்த சேதத்தை ஏற்படுத்தியது.

ஆக்கிரமிப்பு உயிரினங்களின் தற்போதைய நிலவரம்

உலகமயமாக்கல் மற்றும் போக்குவரத்துத் துறையில் ஏற்பட்டு வரும் அதிவேக மாற்றம் காரணமாக, அன்னிய உயிரினங்கள் அதிவேகமாகப் புதிய இடங்களுக்குப் பரவுகின்றன. குறிப்பாக, உலகம் முழுவதும் புதிதாக 6% நிலப்பரப்புகள் புதிய அன்னிய உயிரினங்கள் மற்றும் ஆக்கிரமிப்பு உயிரினங்கள் கட்டுப்பாட்டுக்குள் வரும் என்று ஆராய்ச்சி குறிப்புகள் கூறுகின்றன. மேலும், இந்தியா போன்ற வளர்ந்து வரும் நாடுகளே இதனால் அதிக அளவு பாதிக்கப்படும் என்றும் அறியப்படுகிறது. அனைத்துக்கும் மேலாகப் பருவநிலை மாற்றம் காணரமாக இதுவரையில் தீங்கு

இழைக்காத பல அன்னிய உயிரினங்கள் ஆக்கிரமிப்பு இனங்களாக மாறும் சாத்தியக்கூறுகள் அதிகம் உள்ளதாக ஆய்வாளர்கள் எச்சரிக்கிறார்கள்.

இந்திய நிலவரம்

உலக நிலப்பரப்பில் 2.4%, உயிர் பல்வகைமையில் 8.1% பெற்று இருக்கும் இந்தியா ஆக்கிரமிப்பு உயிரினங்களால் மிகப் பெரிய பாதிப்புகளை எதிர்கொள்ள வேண்டியிருக்கும். அதேநேரம் ஆக்கிரமிப்பு இனங்கள் பற்றிய ஆராய்ச்சி மற்றும் புரிதல் இங்கே போதுமான அளவில் இல்லை என்பது வருத்தமான விடயம்.

வளர்ந்த மற்றும் சில தீவு நாடுகள் உடன் ஒப்பிட்டுப் பார்க்கும் போது இந்தியா இந்தத் துறைரீதியான ஆராய்ச்சியில் பலமடங்கு பின்தங்கி உள்ளதை நாம் அறியலாம். கடந்த 2000ஆமாவாது ஆண்டு வரை 150 ஆய்வு கட்டுரைகளே அன்னிய இனங்கள் பற்றி வெளிவந்துள்ளன. 2018ஆம் ஆண்டுதான் நாம் இந்தியாவில் இருக்கும் மொத்த ஆக்கிரமிப்பு இனங்கள் பற்றிய பட்டியலைத் தயாரித்தோம். தற்போது, பல பல்கலைக்கழகங்கள் மற்றும் ஆராய்ச்சி நிறுவனங்களும் தொடர் ஆராய்ச்சியில் ஈடுபட்டு வருகிறார்கள். இருப்பினும் மத்திய சுற்றுச்சூழல், வனம் மற்றும் பருவநிலை மாற்றம் அமைச்சகம் மற்றும் விவசாய, அமைச்சகங்கள் ஆக்கிரமிப்பு உயிரினங்கள் பற்றி ஆராய்ச்சியை போதுமான அளவு இன்றளவும் அக்கறை காட்டவில்லை.

ஆக்கிரமிப்பு உயிரினம் எனும் வல்லசுரன்
பகுதி: 2

பல்லுயிர் தொகுப்பு, வேளாண்மை, நன்னீர் மற்றும் கடல்நீர் வளம், சுகாதாரம் மற்றும் பல முக்கியத்துவம் வாய்ந்த வாழ்வாதார காரணிகள் மீது மிகப்பெரிய தாக்கத்தையும், கலை, பண்பாட்டு வழக்கங்களின் தொன்மத்தையும் சிதைக்கும் வல்லமையுடன் இருக்கும் உயிரினங்களாக அயல் மற்றும் ஆக்கிரமிப்பு உயிரினங்கள் அறியப்படுகின்றன.

Convention on Biodiversity என்று அறியப்படுகின்ற உலகலாவிய உயிரினப்பன்மை பாதுகாக்கும் அமைப்புகள்கூட இந்த அயல் மற்றும் ஆக்கிரமிப்பு இனங்களின் வல்ஆதிக்கத்தைப் பயத்துடன் அணுகுகின்றன. ஆக்கிரமிப்பு இனங்களை முற்றிலுமாக அழித்தல் என்பது சாத்தியம் இல்லாத ஒன்றாகவே பார்க்கப்படுகிறது. அறிவியல்துறையில் நன்கு வளர்ந்த நாடுகளே பல வருடங்களாக ஆக்கிரமிப்பு உயிரினங்களைத் தங்கள் பகுதியில் இருந்து அகற்றப் பெரும்பாடுபடுகின்றனர். உதாரணமாக, 1930 முதல் இன்று வரை அமெரிக்க வேளாண்துறை ஆராய்ச்சியாளர்கள், மத்தியதரைக்கடல் பழ ஈ (Ceratitis Capitata) அழிக்கப் போராடிக்கொண்டுதான் உள்ளனர். இன்று வரை பழத்தோட்டங்களில் மத்தியத்தரைக்கடல் பழ ஈ பெரிய பாதிப்புகளை ஏற்படுத்திக்கொண்டுதான் இருக்கிறது.

ஆக்கிரமிப்பு இனங்களை முற்றிலும் அழித்தல் என்பது மிகமிக கடினமான ஒன்று. சிறிய தீவுகள், அல்லது சிறிய நிலப்பரப்புகளில் மட்டுமே இது ஓர் அளவு சாத்தியம். மிகப்பெரிய நிலப்பரப்பு, கடல் மற்றும் பெரிய நன்னீர் பகுதிகளில் ஆக்கிரமிப்பு இனங்களை

முற்றிலுமாக அழித்தல் என்பது சாத்தியம் இல்லாத ஒன்றாகவே இதுவரை அறியப்படுகிறது.

ஆக்கிரமிப்பு இனங்களை முற்றிலும் அழிப்பதற்கு மாற்றாக அவை மேலும் பரவாமல் கட்டுப்பட்டுத்தும் முயற்சியே மிகசிறந்த பலனைத் தரும் என்கிறது ஆராய்ச்சிக் குறிப்புகள். பரவுதலைக் கட்டுப்படுத்தவும் கடின முயற்சி தேவை. முதலில் அவை பரவும் முறைகள் மற்றும் வழித்தடங்களைக் கண்டுணர்ந்து அவற்றில் தடைகளை ஏற்படுத்தினால் மட்டுமே இது சாத்தியப்படும். மேலும், பொதுமக்கள், மாணவர்கள், ஆட்சியாளர்கள், ஆராய்ச்சியளர்கள் போன்றோருக்குத் தகுந்த விழிப்புணர்வு ஏற்படுத்துவதும் மிக முக்கியம்.

இனி வருகின்ற காலங்களில் எக்காரணம் கொண்டும் புதிய அயல் உயிரினங்களை நம் நாட்டில் அறிமுகப்படுத்தாமல் இருப்பது அவசியமாகும். குறிப்பாக, அயல் இன வண்ண மீன்கள் மற்றும் தானியங்கள் போன்றவற்றை முற்றிலுமாக அறிமுகப்படுத்துவதைத் தவிர்க்க வேண்டும். இவை அனைத்தின் மூலமாகவும் மிகப்பெரிய பொருளாதாரம் கிடைத்தாலும் இவை தவிர்க்கப்பட வேண்டியவையே ஆகும். உதாரணமாக, தொட்டி மீனாக இந்தியாவில் அறிமுகப்படுத்தப்பட்ட சக்கர்மவுத் மீன் (Tank cleaner) இன்று அனைத்து நீர்நிலைகளிலும் பல்கிப் பெருகி தீங்கு இழைத்து வருவது நாம் அறிந்ததே. மற்றும் எரிபொருள் தேவைக்கும் பாலை நிலங்கள் பரவாமல் தடுப்பதற்கும் அறிமுகம் செய்யப்பட்ட சீமைக்கருவேலம், அழகுத் தாவரமாக அறிமுகப்படுத்தப்பட்ட ஆகாயத்தாமரை போன்றவற்றால் ஏற்பட்டு வரும் பாதிப்புகளும் நாம் அறிந்ததே. இருந்தபோதிலும் இன்றளவும் அயல் இனங்களை ஆதரிப்பவர்கள் இன்றும் இருக்கத்தான் செய்கிறார்கள். அதற்கு மிக முக்கிய காரணம் அயல் இனங்கள் மூலம் கிடைக்கும் உடனடி பொருளாதாரமே ஆகும். ஆனால், அவர்களுக்குத் தெரியாது இந்த இனங்கள் ஏற்படுத்தும் பல்லுயிர் அழிப்பு, சமூகப் பண்பாட்டுச் சிக்கல், உணவு உற்பத்தி பாதிப்பு போன்றவை ஈடுசெய்யவே முடியாத அல்லது மீட்டு எடுக்கவே முடியாத ஒன்று என்பது. இதில் மிகவும் வருத்தம் தரும் செய்தி என்னவென்றால், விவசாய மற்றும்

மீன்வளத்துறை அதிகாரிகள், ஆராய்ச்சியாளர்களுக்கும் இந்தப் புரிதல் இல்லாமல் இருப்பதுதான்.

உணவு கலாசாரச் சிதைப்பு

இன்று இந்தியாவின் கடைக்கோடி கிராமத்தில் இருக்கும் மனிதர்கள் தினசரி உணவைக் கவனித்தால் நமக்கு ஒன்று புலப்படும். அனைவரது வீடுகளிலும் தக்காளி, கேரட், உருளைக்கிழங்கு, பீட்ரூட், கோஸ், பீன்ஸ் போன்ற காய்கறிகள் சாதரணமாகப் பார்க்கலாம். ஆனால், இவை அனைத்தும் இந்தியாவுக்கு ஆங்கிலேயர்களால் அறிமுகப்படுத்தப்பட்டவை. அதாவது, அயல் இனங்கள். பல ஆயிரம் வருடம் நம்மிடையே இருந்த நாட்டுக் காய்கறிகள் நமை விட்டு மறையக் காரணம் இந்த அயல் இனக் காய்கறிகளே ஆகும். மேலும், இவை நம்முடைய உணவுக் கலாசாரத்தையே மாற்றிவிட்டது. 300 ஆண்டுகளுக்கு முன் நம்முடைய முன்னோர்கள் பயிரிட்ட காய்கறிகள் எவை, அவற்றைக் கொண்டு செய்யப்பட்ட உணவு வகைகள் என்ன என்று நமக்கு இன்று தெரியாது. மேலும், நாமே இந்த அன்னிய இனங்களைப் பரவலாக பயிர் செய்யத் தொடங்கியதால் நம்மை விட்டுப் பல உள்நாட்டுப் பூர்வீகக் காய்கறிகள் மறைந்துவிட்டன.

சில ஆண்டுகளுக்கு முன்பு வரை, அதிக அளவில் பயிரிடப்பட்ட நம்முடைய நாட்டுச் சோளம் இன்று அரிதாகி வருவதை நம்மில் பலர் கவனித்து இருக்கலாம். தற்போது பரவலாக அமெரிக்கன் இனிப்புச் சோளம் (Sweet Corn) அதிக அளவில் பயிரிடப்படுகிறது. இன்று பல அங்காடிகளிலும், தெரு ஓரங்களிலும் அதிகம் விற்பனை ஆவது இந்த அன்னிய இன இனிப்புச் சோளமே. இந்த நிலை தொடரும்போது இன்னும் சில ஆண்டுகளில் நாம் நம்முடைய நாட்டுச் சோளத்தை இழந்துவிடுவோம்.

இந்தியாவின் வேளாண் பல்லுயிர் மண்டலம் தனிச்சிறப்பு வாய்ந்த ஒன்று. கிட்டத்தட்ட 811 வகை உணவுத் தாவரங்கள் இந்தியாவில் பாரம்பரியமாகப் பயிரிடப்பட்டு வந்துள்ளன. அவை அனைத்தும் இந்தியாவின் பல்வேறு விதமான வேளாண் மண்டலத்திலும் பரவிக் காணப்படுகிறது. குறிப்பாக, நம்மிடையே

70க்கும் மேற்பட்ட வாழை இனங்கள், ஆயிரத்துக்கும் மேற்பட்ட மா இனங்கள், 5 ஆயிரத்துக்கும் மேல் சிறுபயிர்கள், தானியங்கள், 50 ஆயிரத்துக்கும் மேற்பட்ட நெல் வகைகளும் உண்டு. மேலும் 379 வகை உணவுப் பயிர்களான Wild relatives என்று அறியப்படுகின்ற காட்டு இனங்கள் இன்றும் உயிர்ப்புடன் உள்ளன. இவற்றின் காரணமாக இந்தியா உலகின் அங்கீகரிக்கப்பட்ட 8 வேவிலோனியன் மையங்களில் (Vaviloian center) ஒன்றாக உள்ளது. இவ்வளவு சிறப்பும், வளமையும் இருக்கும் நாம் இன்று நம்முடைய உணவுத் தேவைக்கு அயல் இனக் காய்கறிகளை நம்பி இருப்பது மிகவும் வேதனையானது.

அயல் இன மீன்கள்

இதுவரை உள்ள ஆராய்ச்சித் தரவுகளின்படி, இந்திய நீர் நிலைகளில் (நன்னீர், உவர்நீர், கடல்நீர்) கிட்டத்தட்ட 3231 வகை மீன் இனங்கள் கண்டறியப்பட்டுள்ளன. இதில் குறிப்பாக 788 வகை மீன்கள் நன்னீரில் மட்டுமே காணப்படுகின்றன. 374 வகையான வண்ண மீன்களும் நம்முடைய நன்னீர்ப் பகுதிகளில் பதிவு செய்யப்பட்டுள்ளன.

இவ்வளவு மீன் வளம் இருந்தபோதிலும், பலநூறு ஆண்டுகளாகத் தொடர்ந்து அயல் இன மீன்களை இங்கே அறிமுகப்படுத்தி வந்து உள்ளனர். குறிப்பாக, கடந்த 300 ஆண்டுகளில் 31 வகையான அயல் உணவு மீன்கள், கொசுவின் முட்டை மற்றும் லார்வாக்களை அழிக்கும் இரண்டுவகை மீன்கள் மற்றும் 600க்கு அதிகமான வண்ண மீன்களை நமது நாட்டினுள் அறிமுகப்படுத்தி உள்ளனர் என்பது அதிர்ச்சியான ஒன்று.

இவ்வாறு தொடர்ச்சியாக அறிமுகப்படுத்தப்பட்ட அயல் இன மீன்களில் 55 வகைகள் நம்முடைய நன்னீர்ப் பகுதியில் ஊடுருவி, அதிக அளவில் காணப்படுவதை ஆராய்ச்சிக் குறிப்புகள் உறுதி செய்கின்றன. இந்த 55 இனங்களில் இன்று 14 இனங்கள், ஆக்கிரமிப்பு இனங்களாக மாறி நம்முடைய நன்னீர் இனங்களுக்குப் பெரும் தீங்குசெய்து வருகின்றன.

மேலும் 2004 முதல் 2009ம் ஆண்டு கால கட்டம் வரையில் கங்கை நதியில் மேற்கொள்ளப்பட்ட ஆய்வில், அந்நிய மீன் இனங்களின் எண்ணிக்கை அதிகரித்து வருவதும், உள்நாட்டு மீன் இனங்களின் அளவு குறைவதையும் கண்டுணர்ந்துள்ளார். 2004ம் ஆண்டு மட்டும் 753 மெட்ரிக் டன் அளவு பிடிபட்ட அயல் இன மீன்கள், 2009ம் ஆண்டுகளில் 1462 மெட்ரிக்டன் பிடிப்பட்டன. அதாவது, பத்து ஆண்டுகளில் 709 மெட்ரிக்டன் அளவு கூடி உள்ளது. அதே சமயம், உள்நாட்டு இனங்கள் இந்தக் காலகட்டத்தில் 569 மெட்ரிக் டன் குறைந்துள்ளன.

2013ஆம் ஆண்டு உத்திரப்பிரதேசத்தில் இருக்கும் 14 மிக முக்கிய நதிகளில் அயல் மீன்கள் மற்றும் ஆக்கிரமிப்பு இனங்களின் இருப்புப் பற்றி அறிந்துகொள்ள ஆய்வு மேற்கொள்ளப்பட்டது. ஆய்வின் முடிவுகள் பெரும் அதிர்ச்சியை அளித்தன. 14 நதிகளிலும் அயல் மற்றும் ஆக்கிரமிப்பு மீன் இனங்கள் வசித்து வருவது பதிவுசெய்யப்பட்டுள்ளன. குறிப்பாக யமுனை நதியில் 12 அயல்வகை மீன் இனங்களும், கங்கையில் 9, மற்ற அனைத்து நதிகளிலும் சராசரியாக 5 அயல் மீன் இனங்கள் பதிவுசெய்யப் பட்டுள்ளன. இவை அனைத்துக்கும் மேலாக அனைத்து நதிகளிலும் Calrias garinepnus என்று அறியப்படுகின்ற ஆப்பிரிக்கக் கெளுத்தி மீன்கள் அதிக அளவு காணப்பட்டன.

ஆப்பிரிக்கக் கெளுத்தி மீன்கள்

உலகின் மிக தீமை மிகுந்த 100 ஆக்கிரமிப்பு இனங்களில் ஒன்றாக இந்த ஆப்பிரிக்கக் கெளுத்தி மீன் இனம் பட்டியல் இடப்பட்டு உள்ளது. இந்த ஆப்பிரிக்க கெளுத்தி இனம், பங்களாதேஷ் பகுதியில் இருந்து 1950-60 காலகட்டத்தில் மேற்கு வங்கத்தில் இந்திய அரசின் அனுமதி இன்றி பண்ணைக் குட்டைகளில் வளர்க்கத் தொடங்கினர். பிறகு 1980-90களில் ஆந்திரப்பிரதேசத்திலும், பிறகு படிப்படியாக மற்றைய அண்டை மாநிலங்களிலும் இந்த மீன்கள் வளர்ப்புப் பரவியது. 1990க்குப் பிறகு ஏற்பட்ட மழை, வெள்ளம் காரணமாக, பண்ணைக் குட்டையில் இருந்த இந்த வகை மீன்கள் பெரும் எண்ணிக்கையில் தப்பித்து, அருகில் இருந்த ஆறு, குளம், ஏரிகளில்

புகுந்தது. பிறகு பல்கிப் பெருகி இன்று இந்தியாவில் உள்ள மிகமுக்கிய நீர்நிலைகளில் ஆக்கிரமிப்பு இனமாக மாறி உள்ளது. அனைத்து வகை உணவுகளையும் உண்ணும் பழக்கம் உள்ளதால், நீர்நிலைகளில் உள்ள அனைத்து வகையான உயிரினங்களையும் இது அழித்து வருகிறது.

ஆப்பிரிக்கக் கெளுத்தியின் ஆக்கிரமிப்புத் தன்மையை உணர்ந்து தேசிய பசுமை தீர்ப்பாயம் 2000மாவது ஆண்டு முதல் இந்த மீன்களை வளர்த்தல் மற்றும் விற்பனை செய்வதைத் தடை செய்துள்ளது. ஆனால், 23 ஆண்டுகள் கடந்த பின்பும் இந்த மீன்கள் இன்றளவும் மீன் சந்தைகளில் விற்பனைக்குக் கிடைக்கின்றன. உதாரணமாக ஓசூர் மீன் சந்தையில் இந்த இனம் இன்றும் விற்பனைக்கு வைக்கப்படுகிறது. அதுபோலவே 2020ஆம் ஆண்டு மகராஷ்ட்ராவில் அரசுக்குச் சொந்தமான வனப்பகுதியில் 150 ஏக்கரில் இந்த மீன்கள் வளர்ப்பது கண்டுபிடிக்கப்பட்டது. பிறகு, 10 டன் எடை கொண்ட இந்த மீன்களை அதிகாரிகள் அழித்தனர்.

இந்தியாவைப் பொறுத்தவரையில் ஆப்பிரிக்கக் கெளுத்தி மீன்களால் ஏற்படும் பல்லுயிர் அழிவு, பொருளாதாரத் தாக்கம், சுகாதாரப் பிரச்னை பற்றிய தொடர் ஆராய்ச்சிகள் இதுவரை மேற்கொள்ளப்படவில்லை. இதுவரை கிடைத்த சான்றுகளின்படி, கேரளாவில் உள்ள வேம்பநாடு ஏரியில் ஆப்பிரிக்கக் கெளுத்தி மீன்களின் ஆதிக்கம் காரணமாக சிச்லிட் மீன் (Cichlid) இனங்கள் பெருவாரியாகக் குறைந்து உள்ளது பதிவுசெய்யப்பட்டு உள்ளது.

ஊக்குவிக்கப்படும் அயல் இனங்கள் வளர்ப்பு:

அயல் இனம் மற்றும் ஆக்கிரமிப்பு இனங்கள் பற்றிய உலகலாவிய தரவுகள், ஆராய்ச்சிக் குறிப்புகள், வழிகாட்டும் நெறிமுறைகள் பல இருக்கும்போதும், பல்லுயிர் வளமைகொண்ட இந்தியாவின் அரசு அதிகாரிகள், துறை ஆராய்ச்சியாளர்கள், ஆட்சியளார்களிடம் போதுமான விழிப்புணர்வு இல்லாதது வருத்தப்பட வேண்டிய ஒன்று.

சமீபத்திய உதாரணமாக (பிப்ரவரி 2023), ஆங்கிலேயர் காலத்தில் ஜம்மு காஷ்மீர் பகுதிகளிலிருந்து நீலகிரி மலை

பகுதிகளில் உள்ள நீர்நிலைகளில் அறிமுகப்படுத்தப்பட்ட அன்னிய டிரவுட் ரக மீன்களைப் பாதுகாக்க, அவலாஞ்சி பகுதியில் உள்ள மீன் பண்ணையை நவீனப்படுத்த 2.50 கோடிகளை தமிழக அரசு ஒதுக்கி உள்ளதைக் குறிப்பிடலாம். இந்தப் பண்ணைப் பகுதியில் இயற்கைப் பேரிடர் கால அழிவைக் காக்க 17.22 லட்சம் செலவில் தடுப்பு அணை, 32.04 லட்சம் செலவில் வடிகால், 43.03 லட்சம் செலவில் தடுப்புச் சுவரும் அமைக்கப்பட இருக்கின்றன. மேலும் ஜம்மு காஷ்மீர் மாநிலம், கோக்கர்நாக் அரசு டிரவுட் மீன் பண்ணையில் இருந்து 20,000 டிரவுட் மீன் குஞ்சு மற்றும் முட்டைகளையும் தமிழகம் கொள்முதல் செய்துள்ளது.

அதே வேளையில் இந்த அயல்வகை டிரவுட் மீன்களால் நீலகிரி பகுதியில் அழிந்த நமது உள்நாட்டு இன மீன்களை மீட்டு எடுப்பது மற்றும் மறு அறிமுகம் செய்வது போன்ற எந்த முயற்சியும் மேற்கொள்ளப்படவில்லை. இந்தியாவில் மட்டுமே காணப்படும் (endemic) மீன் இனங்களில் பெரும் பகுதி இந்த மேற்குத் தொடர்ச்சி மலைப் பகுதிகளில்தான் உள்ளன. அவற்றைப் பாதுகாத்து மீட்டு எடுக்க குறிப்பிடத்தக்க முயற்சி எதுவும் இதுவரை இல்லை என்பது நமக்குத் தெளிவாக உணர்த்தும் செய்தி என்னவென்றால், அரசு அதிகாரிகளுக்கு அயல் இன மீன்களைப் பேணி காப்பதால் ஏற்படும் இழப்புகளைப் பற்றிய புரிதல் சரிவர இல்லை என்பதே ஆகும்.

இதைப்போலவே, தமிழக அரசு அயல் வண்ண மீன்கள் வளர்ப்பில் பெரும் ஈடுபாடு காட்டிவருகிறது. தமிழகச் சட்டப்பேரவையில் 28 ஆகஸ்ட் 2021ல், தமிழக மீன்வளத்துறை சார்பில் ஓர் அரசுக் குறிப்பு வெளியிடப்பட்டது. 50கோடி செலவில் 200 குடும்பங்கள் பயன்பெறும் விதத்தில், அழகு வண்ண மீன்கள் வளர்ப்பு மற்றும் வியாபாரக் கேந்திரம் ஒன்றை உருவாக்க உள்ளதாக அறிவித்துள்ளது. இந்த நிலையில் சென்னை கொளத்தூர், ரெட்டை ஏரி பகுதியில் இன்றும் 150க்கும் மேற்பட்ட அயல் இன மீன்கள் ஏரியிலேயே வளர்க்கப்பட்டு, வியாபாரம் செய்யப்படுவதை நாம் காணலாம். இதுவரை கிடைத்த தரவுகளின்படி கிட்டத்தட்ட 27 வகையான அயல் வண்ண மீன்கள் இந்திய நீர்ப்பரப்புகளில் ஊடுருவிக் காணப்படுவதை உறுதிப்படுத்தி உள்ளனர். அவற்றுள்

15 இனங்கள் மிக அதிக எண்ணிக்கையில் உள்ளன. ஆக்கிரமிப்பு இனங்கள் பற்றிய ஆராய்ச்சிக் குறிப்புகளின்படி வீட்டில் வளர்க்கப்படும் அயல் வண்ண மீன்கள் இயற்கை நீர்நிலைகளுக்குத் தப்பி வரும்போது மிகப் பெரும் தீங்கை விளைவிக்கும் என்று கூறுகின்றனர். அது உண்மையும்கூட. தற்போது இந்தியாவின் பல நீர்நிலைகளில் ஆக்கிரமிப்பு உயிரினமாக இருந்து வரும் சக்கர்மவுத் மீன் இனமே இதற்குச் சான்று.

செய்ய வேண்டியவை

குறுகிய கால பொருளாதாரப் பயன்களைக் கருத்தில் கொண்டு இனிவரும் காலங்களில் அயல் இனங்களை அறிமுகப்படுத்துவதை முற்றிலும் தடை செய்ய வேண்டும். இந்தியாவில் ஆக்கிரமிப்பு இனங்கள் என்று கண்டறியப்பட்ட இனங்கள் அடுத்தடுத்த சூழ்நிலை மண்டலங்களுக்குப் பரவாமல் தடை ஏற்படுத்த வேண்டும். அதற்கு அவை பரவும் முறைகள்/மார்க்கம் பற்றிய ஆராய்ச்சிகளை முடுக்கிவிட வேண்டும்.

மீன்வளத்துறை, விவசாயம் மற்றும் வனத்துறை அதிகாரிகள் மற்ற துறை சார்ந்த ஆராய்ச்சியாளர்களுக்கு அயல் இனங்களின் தீங்கு பற்றி பரவலான புரிதலை ஏற்படுத்துவது அரசின் கட்டாயக் கடமையாகும். சென்னையில் உள்ள தேசிய பல்லுயிர் பரவல் ஆணையம் (National Biodiversity Authority), தமிழக மாநில பல்லுயிர் வாரியம் (State Biodiversity Board) மற்றும் தாம்பரத்தில் உள்ள உயர்நிலை வன உயிரியல் பாதுகாப்பு நிறுவனம் (Advanced Institute for Wildlife Conservation) போன்றவை, தகுந்த அயல் உயிரின ஆராய்ச்சியாளர்களைப் பணியில் அமர்த்தி இதற்கான விழிப்புணர்வை மேற்கொள்ள வேண்டும்.

மேலும், பள்ளி மற்றும் கல்லூரிகளின் பாடத்திட்டங்களிலும் அயல் மற்றும் ஆக்கிரமிப்பு இனங்கள் பற்றிய செய்திகள் இடம் பெறச் செய்தல் வேண்டும். இவற்றைச் செய்யத் தவறும் பட்சத்தில் இந்தியாவின் தனிச் சிறப்பு வாய்ந்த பல உயிரினங்களை நாம் இழக்கநேரிடும்.

ஆக்கிரமிப்பு உயிரினங்களும், நோய்த்தொற்றும்!

கடந்த ஆயிரம் ஆண்டுகால வரலாற்றைத் திருப்பிப் பார்த்தால், போர்களினால் ஏற்பட்ட உயிரிழப்புகளையும், பல்லுயிர் பன்மைச் சிதைவுகளையும், பொருளாதாரப் பாதிப்புகளையும் விட, தொற்றுநோய்களின் காரணமாக ஏற்பட்ட இழப்புகளும் பின்னடைவுகளும் அதிகம் என்பதை நாம் அறியலாம்.

தொற்றுநோய் என்பது ஒரு மனிதனிடம் இருந்து சக மனிதருக்கும், விலங்குகளிடமிருந்தும் (zoonotic), தாவரகளிடமிருந்தும் (phytonoses) மனிதர்களுக்கும் மற்ற உயிரினங்களுக்கும் பரவுவதே ஆகும்.

தொற்றுநோயின் தாக்கத்தால் மனிதர்கள், வளர்ப்புப் பிராணிகள், விவசாயப் பயிர்கள், மற்றும் வன உயிரினங்கள் பெரும் எண்ணிக்கையில் உயிரிழப்பைச் சந்திக்கும். பெரும்பாலும் நோய்த் தொற்றுக்குக் காரணமாக இருப்பது நுண்ணுயிரிகளான வைரஸ், பாக்டீரியாக்கள், பூஞ்சைக்காளான்கள் மற்றும் புரோட்டோசோவாக்கள் ஆகும்.

காற்று, மாசடைந்த குடிநீர், உணவுப் பொருட்கள் மற்றும் பாதிக்கப்பட்டவர்களின் அருகாமை மூலம் தொடர்ச்சியாக இந்த நுண்ணுயிரிகள் பரவும். கூடுதலாகத் தொற்றுக் கிருமிகள் அதிவேகமாகப் பரவுவதற்குப் பருவநிலை சுழற்சி, காலநிலை மாற்றங்கள் சாதகமான சூழ்நிலைகளை ஏற்படுத்தித் தருகின்றன.

பெரும் தொற்றின் தாக்கங்கள்

அயர்லாந்தில் 1840களில் Phytophthora infestans என்று பூஞ்சைக் காளான் தொற்றுக் காரணமாக உருளைக்கிழங்கில் ஏற்பட்ட பின் தாமத கருகல் நோய் (potato blight) மிகப்பெரிய உணவுப் பஞ்சத்தை ஏற்படுத்தியது. அதன் விளைவாக, அயர்லாந்தில் 25% மக்கள் மரணித்தனர்.

1918-20 காலகட்டம் வரை ஸ்பானிஷ் ஃப்ளூ வைரஸ் காரணமாக இறந்தவர்களின் எண்ணிக்கை 10 கோடி, உடல்நலம் பாதிப்படைந்தவர்கள் 3-5 கோடி. அதுபோலவே, 21ஆம் நூற்றாண்டில் ஐரோப்பா பகுதிகளில் குறிப்பாக பிரிட்டனில் வைரஸ் மூலமாக பரவிய கோமாரி நோய் (foot - mouth disease) காரணமாக 40 லட்சம் கால்நடைகள் மரணித்தன/கொல்லப்பட்டன. அதன் தொடர்ச்சியாக மூன்று பில்லியன் டாலர் பொருளாதார இழப்பை பிரிட்டன் சந்தித்தது. சமீபத்தில் (2019-23) கொரோனா தொற்று காரணமாக 60 லட்சத்துக்கும் மேற்பட்ட மக்கள் மடிந்ததும், பல லட்சம் கோடிகள் பொருளாதார இழப்பை உலகம் சந்தித்தது நாம் அனைவரும் அறிந்ததே.

தொற்று நோயினால் ஏற்பட்டு வரும் பொருளாதார மற்றும் உயிர் இழப்புகளைக் கருத்தில் கொண்டு 2015ஆம் ஆண்டு உலக சுகாதார நிறுவனம் பல நாடுகளின் சுகாதார அதிகாரிகள் மற்றும் தலைசிறந்த மருத்துவர்களைக் கொண்டு இனிவரும் காலங்களில் 'நோய்த் தொற்றுகளை எப்படித் தவிர்க்கலாம்?' என்று ஒரு கருத்தரங்கினை நடத்தியது. குறிப்பாக, அழிந்துவரும் காடுகள், காலநிலை மாற்றம் போன்றவற்றின் தாக்கம் எவ்வாறு நோய்த்தொற்றுகளை அதிகரிக்கச் செய்யும் என்று கலந்தாலோசிக்கப்பட்டது. அதே வேளையில் அயல் மற்றும் ஆக்கிரமிப்பு உயிரினங்கள் எவ்வாறு நோய்த்தொற்றுகளைப் பரப்புகின்றன என்ற விவாதிக்கப்படவில்லை. ஆனால் கிடைக் கப்பெறும் ஆய்வுக் குறிப்புகள் மிகவும் தெளிவாகக் காலநிலை மாற்றம் அதனால் அதிகரித்து வரும் ஆக்கிரமிப்பு இனங்கள் இனிவரும் காலங்களில் நோய் மற்றும் நோய்த்தொற்றுகளை அதிகரிக்கச் செய்யும் என்று குறிப்பிடுகின்றன.

நோய்களைப் பரப்பும் ஆக்கிரமிப்பு இனங்கள்

அயல் உயிரினங்கள் விதையாகவோ, நாற்றுகளாகவோ, கருவுற்ற முட்டைகளாகவோ அல்லது இளம் உயிரியாகவோ ஒரு புதிய பகுதியில் இயற்கையாகவோ அல்லது மனித முயற்சியின் மூலமாகவோ அறிமுகம் ஆகும்போது கண்ணுக்குப் புலப்படாத பல நோய்க்கிருமிகளைச் சுமந்துதான் வருகின்றன. பல நேரங்களில் அயல் இனங்கள் நோய் பரப்பிகளாக/ ஏந்துயிரிகளாக அதாவது வெக்டராகச் செயல்படுவதை உலகம் முழுவதும் உள்ள ஆராய்ச்சியாளர்கள் பதிவுசெய்துள்ளார்கள். அயல் உயிரினங்களால் அறிமுகப்படுத்தப்படும் நோய் பரப்பும் கிருமிகள், மனிதர்களுக்கு மட்டுமில்லாமல் வன உயிரினங்கள், கால்நடைகள் மற்றும் இதர வளர்ப்புப் பிராணிகளுக்கும் நோய்களைப் பரப்பி அவற்றின் அழிவுக்கும், பல்லுயிர் பன்மைச் சிதைவுக்கும் பொருளாதார இழப்புக்கும் காரணமாக இருக்கின்றன.

எடுத்துக்காட்டாக ஹவாய்த் தீவில் பறவைகளுக்கு மலேரியாவை பரப்பும் பிளாஸ்மோடியம் *(Plasmodium relictum)* கொசுக்களின் மூலம் தீவுகளின் பல பகுதிகளில் இருக்கும் பறவைகளுக்குப் பரவுவதைக் கண்டுகொண்டார்கள். அதேசமயம், கொசுக்கள் உற்பத்திக்குக் காரணமான நீராதாரங்கள் பரவலாக இருப்பதற்கு ஆக்கிரமிப்புப் பன்றிஇனம் *(Sus scrofa)* காரணமாக இருந்ததைப் பதிவுசெய்திருக்கிறார்கள். ஆக்கிரமிப்புப் பன்றிகள் தீவுகளில் உள்ள சிறு மரங்களில் ஏற்படுத்தும் பொந்துகள் மற்றும் நீர்நிலைகள் அருகில் அவை உழன்றுகொண்டிருக்கும் காரணத்தினால் உண்டான பள்ளங்களில் நீரைத் தேக்கி, கொசுக்களின் பெருக்கத்துக்கு வழிவகை செய்கின்றன என்கின்றன ஆராய்ச்சிக் குறிப்புகள்.

அதுபோலவே பிரிட்டனின் இயல் இனமான சிகப்பு அணில்கள் *(Sciurus vulgaris)* பெரும் எண்ணிக்கையில் குறைவதற்குக் காரணமாக இருந்தது அம்மை நோயைப் பரப்பும் அயல் வைரஸ் ஆகும். இந்த வைரஸ் பரவுவதற்குக் காரணமாக இருந்தது அமெரிக்காவைப் பூர்வீகமாகக் கொண்ட, தற்போது பிரிட்டனில் ஆக்கிரமிப்பு இனமாக மாறிய பழுப்பு அணில்களே *(Sciurus carolinensis)* என ஆராய்ச்சி முடிவுகள் தெரிவிக்கின்றன.

இந்தியாவின் நிலை

இந்தியாவின் நன்னீர் நிலைகளில் மிகப்பெரிய பொருளாதாரம் மற்றும் பல்லுயிர் பன்மையை பாதிக்கும் ஆக்கிரமிப்பு உயிரினமாக ஆகாயத்தாமரைகள் விளங்குகின்றது. ஆகாயத்தாமரைகள் ஆக்கிரமிப்பு காரணமாகத் தொற்றுக் கிருமிகளைப் பரப்பும் கொசு, ஈக்கள் மற்றும் நத்தைகள் வாழ்வதற்குத் தகுந்த இடமாக மாற்றி உள்ளது. நகரங்களில் ஆகாயத்தாமரைகளில் அடர்த்தி அதிகரித்துக் காணப்படுவதால் மலேரியா நோய்க்கிருமிகளின் தாக்கமும் அதிகரித்து வருவதை ஆரம்பகட்ட ஆராய்ச்சிகள் உறுதி செய்துள்ளன.

ஆக்கிரமிப்புத் தாவரமான பார்த்தீனியம் கடந்த 50 ஆண்டுகளில் மனிதர்களுக்கும் கால்நடைகளுக்கும் பரவலாகப் பல நோய்களை உருவாக்கி உள்ளதை பல ஆராய்ச்சிக் கட்டுரைகள் மூலம் நாம் அறியலாம். ஆஸ்துமா மற்றும் சுவாச சம்பந்தமான பிரச்னைகளை மனிதர்களிடம் இவை உண்டு பண்ணுகின்றன. கால்நடைகளுக்கு வயிற்றுப்போக்கு, இரத்த வெள்ளை அணுக்களின் எண்ணிக்கை குறைபாடு, மூச்சுத் திணறல், தோல்களில் ஏற்படும் படை போன்ற பாதிப்புகளை உண்டு பண்ணுகின்றன.

அமெரிக்காவைப் பூர்வீகமாக கொண்ட ஆஸ்கார் மீன் (Astronotus ocellatus) வடகிழக்கு மாநிலங்களில் அலங்கார மீனாக அதிக அளவில் வளர்க்கப்படுகின்றன. இவற்றின் உடம்புகளில் மோனோஜீனியா வகுப்பைச் சார்ந்த தட்டைப்புழுக்கள் பரவலாக இருப்பது கண்டுபிடிக்கப்பட்டிருக்கிறது. இந்த நாடா புழுக்கள் மீன்களின் வெளிப்புற செதில், கண்கள், சிறுநீரகம் போன்ற முக்கிய உறுப்புகளில் பாதிப்புகளை ஏற்படுத்தும். மேலும் சுவாசப் பிரச்னை, நரம்பு மண்டல பாதிப்புகள் மற்றும் நீந்தும் முறைகளில் தடுமாற்றமும் ஏற்படும். இறுதியில் மீன்கள் மரணிக்கும். இந்தியாவில் ஏழுக்கும் மேற்பட்ட அன்னிய மோனோஜீனியா தட்டைப்புழுக்கள் வடகிழக்கு மாநிலங்களில் மட்டுமே பதிவு செய்யப்பட்டுள்ளன. இயல் மீன் இனங்களில், இவற்றின் தாக்கம் பற்றி இதுவரை ஆராய்ச்சிகள் மேற்கொள்ளப்படவில்லை.

மக்காச்சோளத்தில் பெரும் பாதிப்பினை ஏற்படுத்திய ஆக்கிரமிப்பு இனமான படைப்புழுக்கள் (fall armyworm) 2018-20ஆம் ஆண்டுகளில் இந்தியாவில் உள்ள 23 மாநிலங்களில் 75,000 டன் அளவுக்குச் சேதத்தை விளைவித்தது. படைப்புழுக்கள் சோளக்கதிர்களை அரித்துத் தின்றுவிடுவதால் நடுவில் முத்துக்கள் இல்லாத சோளம் உருவாகியது. இவ்வாறாகப் பாதிக்கப்பட்ட சோளத்தில் பூஞ்சைக்காளான் தொற்று எளிதில் ஏற்படும் என்பதை ஐரோப்பிய உணவுப் பாதுகாப்பு நிறுவனம் கண்டுணர்ந்து உள்ளது. பாதிக்கப்பட்டச் சோளத்தில் வளரும் பூஞ்சைகள் அஃப்ளாடாக்சின் (aflatoxins) என்ற இயற்கையான வேதிப்பொருள்களை உற்பத்தி

படைப்புழுக்களால் பாதிக்கப்பட்ட சோளம்

செய்யும். இப்படி பாதிக்கப்பட்டச் சோளத்தை உட்கொள்பவர்களுக்கு வாந்தி, அடி வயிற்றில் வலி மற்றும் புற்றுநோயை அஃப்ளாடாக்சின் உருவாக்கும் என்று ஆய்வுகள் தெரிவிக்கின்றன.

இந்தியாவில் இதுவரை இது தொடர்பான நேரடி ஆராய்ச்சிகள் மேற்கொள்ளப்படவில்லை. அதேவேளையில், 2020ஆம் ஆண்டு பஞ்சாபில் உள்ள குரு அங்கத் தேவ் கால்நடை மற்றும் விலங்கு அறிவியல் பல்கலைக்கழகத்தில் மேற்கொள்ளப்பட்ட ஓர் ஆராய்ச்சியின் முடிவானது, பால்பொருட்களில் அதிக அளவு அஃப்ளாடாக்சின் இருப்பதை உறுதிப்படுத்தி உள்ளது. மேலும், பஞ்சாப் மற்றும் பிற பகுதிகளில் இருக்கும் மாட்டுப் பண்ணைகளில் சோளம் மிக முக்கியமான தீவனமாகக் கால்நடைகளுக்கு வழங்கப் படுவதை அது சுட்டிக் காட்டுகிறது. அதன் தொடர்ச்சியாக மேற்கொள்ளப்பட்ட ஆய்வுகளில் கால்நடை உணவுகளில் அதிக அளவு அஃப்ளாடாக்சின் இருப்பதை உறுதிப்படுத்தி உள்ளனர். படைப்புழுவின் தாக்கம் அதனால் சோளப் பயிர்களின் பூஞ்சை மற்றும் அஃப்ளாடாக்சின் உற்பத்தி பற்றி நேரடியாக ஆய்வுகளை நாம் துரிதப்படுத்த வேண்டிய காலகட்டத்தில் இருக்கிறோம்.

இந்தியாவில் இதுவரை ஆயிரத்துக்கும் மேற்பட்ட அயல் உயிரினங்களும், நூற்றுக்கும் மேற்பட்ட ஆக்கிரமிப்பு உயிரினங்களும் பல சூழ்நிலை மண்டலங்களில் வசித்து வருவதை ஆராய்ச்சியாளர்கள் பதிவு செய்துள்ளார்கள். அதே வேளையில், இந்த உயிரினங்கள் உடன் பயணிக்கும் தொற்றுநோய்க் கிருமிகளைப் பற்றி எந்தக் குறிப்புகளும் இல்லை. இந்த உயிரினங்களால் மனிதர்கள் மற்றும் பல்லுயிர் பன்மைக்கு ஏற்பட்டிருக்கும் மற்றும் ஏற்படப்போகும் நோய்த்தொற்றுகள் பற்றி ஆராய்ச்சிகளை முன்னெடுக்க வேண்டிய காலகட்டத்தில் நாம் உள்ளோம் என்பதை மத்திய மற்றும் மாநில அரசுகள் உணரவேண்டும்!

புவி வெப்ப உயர்வும், பருவநிலை மாற்றமும்!

ஆதிமனிதன் எப்போது நெருப்பின் பயன்பாட்டினை அறிந்து, அதனை உணவு சமைக்கப் பயன்படுத்தத் தொடங்கினானோ அப்போதே காற்றுமாசு என்பது தொடங்கிவிட்டது. அதே சமயம், அன்றைய காலகட்டங்களில் இருந்த காடுகளும், நீர்நிலை வளங்களும், மாசுபட்ட காற்றினை இயற்கையான முறையில் சுத்திகரிப்பு செய்துவிட்டன. ஆகையால், பெரிய அளவில் சூழல் மாசு என்பது ஏற்பட்டு இருப்பதற்கான வாய்ப்புகள் குறைவே.

17ஆம் நூற்றாண்டின் மையப் பகுதியில் தொடங்கிய தொழிற் புரட்சி, நூற்றாண்டுகளாக அதிகரித்து வந்த மக்கள்தொகை, காடுகளை அழித்தல், புதைபடிவ எரிபொருள்களான நிலக்கரி, பெட்ரோல், டீசல் போன்றவற்றின் அதிகப்படியானப் பயன்பாட்டின் காரணமாக வெளியேறும் கரியமில வாயு, செயற்கைக் குளிரூட்டிகள் பயன்பாடு காரணமாக வெளியேறிய குளோரோ புளோரோ கார்பன் (CFC), அணைக்கட்டுகளில் இருந்தும் வேளாண் நிலங்களில் இருந்தும் அதிகளவு வெளியேறிய மீத்தேன் வாயு போன்றவற்றின் தொடர்ச்சியான பங்களிப்பின் காரணமாகக் கடந்த சில நூறு ஆண்டுகளாகப் புவியின் சராசரி வெப்பம் மெல்ல மெல்ல உயர்ந்து வருகிறது.

சென்ற நூற்றாண்டுகளில் தொடங்கி இன்றைய காலகட்டம் வரை வெளியேறிய பசுங்குடில் வாயுக்களின் (கரியமில வாயு, மீதேன், நைட்ரஸ் ஆக்ஸைடு, ஓஸோன்) விளைவாக காலநிலையில் ஏற்பட்ட மாற்றங்களின் பெரும் தாக்கத்தை 21ஆம் நூற்றாண்டில் வாழும் மக்களும் வன உயிர்களும் (தாவரங்கள் மற்றும் விலங்குகள்) இன்று சந்தித்து வருகிறார்கள். 2010ஆம் ஆண்டு முதல் உலகின் பல

பகுதிகளில் உயிர் மற்றும் உடமைகளையும், பலவிதமான இயற்கை வளங்களையும் தொடர்ச்சியாக நாம் இழந்து வருகிறோம் என்பது யாராலும் மறுக்க முடியாது. புவி வெப்பம் அடைதலின் விளைவாக நன்னீர்ப் பற்றாக்குறை, உணவு உற்பத்தி மற்றும் உணவுப் பொருட்கள் தட்டுப்பாடு, பொருளாதாரச் சரிவு, வேலையின்மை, தொற்றுநோய்ப் பெருக்கம் போன்ற நெருக்கடிகள் உலகின் பல பகுதிகளில் தொடர்ந்து கொண்டுதான் இருக்கின்றன. அதுபோக, இனி வரும் வருடங்களில் வெள்ளம், புயல், வெப்ப அலைகள், காட்டுத்தீ போன்ற பேரிடர் நிகழ்வுகளும் மற்றும் அதன் தாக்கமும் வீரியமும் அதிகரிக்கக்கூடும் என்று கணிக்கப்பட்டிருக்கின்றன.

2014 முதல் 2023 வரை உள்ள காலகட்டங்களில் இதுவரை இல்லாத அளவு புவியின் வெப்பம் அதிகரித்துக் காணப்பட்டது என்கிறது தரவுகள். இந்தியாவைப் பொறுத்தவரை 2009 அதிக வெப்பம் நிலவிய ஆண்டாகப் பதிவு செய்யப்பட்டிருக்கிறது. மேலும் 2022ஆம் ஆண்டின் தொடக்கம் முதல் நவம்பர் மாதம் வரை உள்ள மொத்தம் 334 நாட்களில் 291 நாட்கள் பருவநிலை மாற்றம் தொடர்புடைய ஏதாவது ஒரு தீவிர வானிலை நிகழ்வுகள் (அதி தீவிர மழை மற்றும் பனிப்பொழிவு, கடும் வெயில் அதிவேகச் சூறாவளிகள்) இந்தியாவில் பல பகுதிகளில் அரங்கேறி உள்ளன. குறிப்பாக, மத்தியப்பிரதேசத்தில் 144, அசாமில் 141, மகாராஷ்டிராவில் 126, உத்தர பிரதேசத்தில் 121 நாட்களும் அதிதீவிர வானிலை நிகழ்வுகள் நிகழ்ந்ததாகத் தரவுகள் குறிப்பிடுகின்றன. இதே காலகட்டத்தில்தான் வங்காள விரிகுடாவில் அசானி, சிட்ராங், மாண்டஸ் என மூன்று புயல்கள் வீசின. இந்தத் தீவிர வானிலை நிகழ்வுகள் காரணமாக 3006 மனித உயிர்களும், 69,899 கால்நடைகளும் இறந்திருக்கின்றன. அதுபோக, 4,23,249 வீடுகள் சேதமடைந்தன. கிட்டத்தட்ட 20 லட்சம் ஹெக்டேர் பரப்பளவில் பயிரிடப்பட்ட விவசாயப் பயிர்கள் முற்றிலும் அழிந்தன. இவை அனைத்தும் ஒரே ஆண்டில் (2022) நிகழ்ந்தவை என்பது காலநிலை மாற்றத்தின் வீரியத் தன்மையை நமக்கு உணர்த்தும்.

அதன் தொடர்ச்சியாகவே, 2023ஆம் ஆண்டு, ஜூன் முதல் ஆகஸ்ட் மாதம் வரை இந்தியாவின் 11 மாநிலங்கள் முன் எப்போதும்

இல்லாத அளவுக்கு, ஒரு டிகிரி செல்சியஸ் வெப்பநிலை அதிகரித்து இருந்ததைப் பருவநிலை வல்லுநர்கள் பதிவுசெய்துள்ளார்கள். குறிப்பாக, புதுச்சேரி, அந்தமான் நிக்கோபர் மற்றும் கேரள மாநிலங்கள் அதிக வெப்பமான நாட்களைச் சந்தித்து இருக்கின்றன. இந்தியாவில் மட்டுமில்லாமல் ஆசியா, ஐரோப்பா, வட அமெரிக்கா கண்டங்களில் உள்ள பல நாடுகளில் 2023ஆம் ஆண்டு கோடை காலத்தில் பதிவான வெப்பநிலை பல நூறு ஆண்டுகளில் இல்லாத அளவுக்கு உள்ளதாகத் தகவல்கள் வருகின்றன. அதாவது, இந்த நாடுகளின் சராசரி வெப்பநிலை 1.2 டிகிரி செல்சியஸ் அதிகரித்து இருந்ததாகக் கூறப்படுகின்றது. இதற்கு முந்தைய காலகட்டத்தில் கோடை காலத்தின் சராசரி வெப்பநிலை உயர்வு என்பது 0.23 டிகிரி செல்சியஸ் ஆகும். இன்னும் சற்றே விரிவாகக் கூற வேண்டும் எனில் 2023ஆம் ஆண்டு புவியின் சராசரி வெப்பநிலை என்பது 14.98 டிகிரி செல்சியஸ் என்று பதிவு செய்யப்பட்டிருக்கிறது. இது 2016 காலகட்டத்துடன் ஒப்பிடும்போது 0.17 டிகிரி செல்சியஸ் அதிகம். மேலும், தொழிற்புரட்சி காலகட்டங்களில் இருந்த வெப்பநிலையோடு ஒப்பிடும்போது 1.48 செல்சியஸ் உயர்ந்து காணப்படுவதாக அறிக்கையில் சுட்டிக்காட்டுகின்றன. 2015 உலகளாவிய புவி வெப்ப உயர்வு ஒப்பந்தங்களின்படி 1.5 டிகிரி செல்சியஸ்க்கு மிக அருகில் நாம் வந்துவிட்டதை இது காட்டுகிறது.

புவி வெப்பநிலை அதிகரிக்கும் காரணத்தினால் நீர் ஆவியாவதின் அளவு அதிகரிக்கும். அதன் தொடர்ச்சியாகக் காற்றின் ஈரப்பதமும் அதிகரிக்கும் இது அதிதீவிர மழைப்பொழிவை உண்டு செய்யும். சில இடங்களில் புதிய பனிப்பொழிவுகளையும் உண்டு செய்யும். அதே நேரத்தில், கடற்கரைப் பகுதியில் வறண்ட வானிலையே காணப்படும். இது அப்பகுதியில் வறட்சிக்கு வழி செய்யும். மேலும், இதன் தொடர்ச்சியாக வரும் வாயு, வெப்ப மாறுபாடுகள், ஈரப்பதம் மாற்றம் போன்றவை அதிவேகப் புயல்களை அடிக்கடி உருவாக்கும். இவை போன்ற பேரிடர்கள் வளரும் நாடுகளையும், ஏழை நாடுகளையும் அதி தீவிரமாகப் பாதிக்கும் என்கிறது ஆராய்ச்சிக் குறிப்புகள். மேலும், அந்த நாடுகளில் உள்ள தாவரங்களும் விலங்குகளும் பெரும் பாதிப்புகளைச் சந்திக்க நேரிடும், அவை புதிய இடங்களுக்கு இடம் பெயரவேண்டிய

கட்டாயத்துக்கு தள்ளப்படும். கூடுதலாக இவை விவசாய உற்பத்தியை பெருமளவு பாதிக்கும். அதன் காரணமாக ஏற்படும் ஊட்டச்சத்துக் குறைபாடு அதிக அளவு உயிரிழப்புகளை ஏற்படுத்தும் என்கிறார்கள் ஆராய்ச்சியாளர்கள். தோராயமாக வருடத்துக்கு 4,27,000 மரணங்கள் உலக அளவில் இந்த வகையில் நிகழலாம் என்று கணக்கிட்டுள்ளனர்.

சற்றேறக்குறைய 2050 காலகட்டத்தில் உலகில் உள்ள அனைத்து உயிரினங்களும் காலநிலை மாற்றத்தின் பாதிப்புகளைச் சந்தித்தே தீரும் என்கிறார்கள் ஆய்வாளர்கள். இந்தக் காலகட்டத்தில் உலகின் பொருளாதாரம் 25 லட்சம் கோடிகள் அளவுக்கு இழப்பைச் சந்திக்கும். உலக உற்பத்தியில் 11 முதல் 14 விழுக்காடு குறைய வாய்ப்புள்ளது என்கிறது ஆய்வுக் குறிப்புகள். இதன் விளைவாக உலகம் முழுவதும் பரவலாகப் பெரிய அளவு வேலை இழப்புகளும் பொருளாதாரச் சரிவுகளும் ஏற்படும்.

மேலும், இந்த நூற்றாண்டின் கடைசியில் புவியின் வெப்பமானது இரண்டு முதல் ஐந்து டிகிரி செல்சியஸ் வரை உயரக்கூடும். அவ்வாறு உயர்ந்தால் இதன் விளைவுகள் கற்பனைக்கும் எட்டாத வகையில் இருக்கும் என்று வல்லுனர்கள் எச்சரிக்கிறார்கள்.

வளிமண்டலம்

சூரியக்குடும்பத்தில் பூமி அமைந்திருக்கும் இடத்தை கோல்டி லாக்ஸ் பகுதி (*goldilocks zone*) என்று அழைக்கிறார்கள். அதாவது சூரியனுக்கு மிக அருகிலும் இல்லாமல் மிக தூரத்திலும் இல்லாமல் ஒரு பாதுகாப்பான இடத்தில் பூமி அமைந்துள்ளது. இப்போது இருக்கும் இடத்திலிருந்து பூமி, சூரியனுக்கு சற்று அருகில் சென்றால் சூரிய வெப்பத்தால் கடல் முழுவதும் ஆவி ஆகிவிடும்; அதே நேரம் விலகி சற்று தூரம் சென்றாலும் கடல்கள் அனைத்தும் பனியாக உறைந்துவிடும். இவை இரண்டும் இல்லாத ஒரு பாதுகாப்பான இடத்தில் பூமி இருப்பது நமது நல்வாய்ப்பாகும். இந்தப் பாதுகாப்பான இடம்தான் பூமியில் உயிரினங்கள் செழித்து வளர்வதற்குக் காரணம் என்று சொன்னால் அது மிகையல்ல.

மேலும், இயற்கையாகவே பூமியின் வளிமண்டல அடுக்குகள் சூரியனிலிருந்து வரும் கதிர்களின் தாக்கத்தைப் பெரும் அளவில் தடுத்து பூமிக்கு அரணாக நின்று பாதுகாக்கின்றன. வளிமண்டலம் என்பது ஐந்து அடுக்குகளாக உள்ளது. கடல் பரப்பிலிருந்து 18 கிலோமீட்டர் தூரம் வரை உள்ள பகுதியை அடியடுக்கு (Troposphere) என்று அழைக்கிறார்கள். அதற்கு அடுத்து வரக்கூடிய அடுக்கானது படையடுக்கு (Stratosphere 19-50 km), அடுத்தது இடையடுக்கு (Mesosphere 51-80 Km), அதன் தொடர்ச்சியாக வருவது வெப்ப அடுக்கு (Thermosphere 81-641 km), கடைசியாக உள்ளது வெளியடுக்கு (Exosphere 642-960km) என்று வகைப்படுத்தி உள்ளார்கள்.

கடல்மட்டத்திலிருந்து 18 கிலோமீட்டர் தூரம் வரை உள்ள அடியடுக்குதான் பூமியில் உயிரினங்கள் செழித்து வாழ பல வகைகளிலும் உதவி புரிகின்றது. சில நூற்றாண்டுகளுக்கு முன்பு வரை அடி அடுக்கில் நைட்ரஜன் 78%, ஆக்சிஜன் 21%, கரியமில வாயு 0.03 சதவீதமும் இருந்தன. அத்துடன், மிகவும் குறைந்த அளவில் ஆர்கான், நியான் போன்ற மந்த வாயுக்கள், நைட்ரஸ் ஆக்ஸைடு போன்ற வாயுக்களும் அடி அடுக்கில் இருந்தன. ஆனால் தொழிற்புரட்சிக்குப் பிறகு வந்த காலகட்டங்களில் இந்த வாயுக்களின் விகிதாசாரத்தில் பெரிய மாற்றங்கள் நிகழ்ந்துள்ளதாக ஆய்வுகள் குறிப்பிடுகின்றன. மேலும், கிட்டத்தட்ட 99 சதவீதம் நீராவி நிறைந்த பகுதியாக அடியடுக்கு உள்ளது. புவியிலிருந்தும் வரும் வெப்பத்தினை இவை கிரகித்துக்கொள்வதால் அடிப்பரப்பில் உள்ள காற்று எப்போதும் சற்று வெப்பமாகக் காணப்படும். இதன் காரணமாகத்தான் அடியடுக்குப் பகுதி, மழை பொழிவதற்கான நீர்சுழற்சிக்கு அடிப்படைக் காரணமாக இருக்கின்றது. இந்த அடுக்கு இருக்கின்ற காரணத்தினால் நீராவியாக மேலெழும்பும் நீரானது வளிமண்டலத்தைத் தாண்டி மற்ற இடங்களுக்குப் போகாமல் தடுக்கப்படுகிறது. எனவே, ஆவியாகும் நீரானது மீண்டும் மழையாகப் பூமிக்கு வருவதற்கு இந்த அடியடுக்கு மூல காரணமாக இருக்கிறது. அதுபோக சீசன் என்று அழைக்கப்படும் பருவ காலங்கள் (கார்காலம், கூதிர்காலம், முன்பனிக்காலம், பின்பனிக்காலம், இளவேனில்காலம், முதுவேனில்காலம்) போன்றவற்றை நிர்ணயிப்பதும் இந்த அடி அடுக்கே ஆகும்.

பருவநிலை மாற்றம்

1880 முதல் 2022 வரை உள்ள காலகட்டத்தில் அடியடுக்கில் கரியமில வாயு 40% உயர்ந்துள்ளதாக ஆய்வுகள் குறிப்பிடுகின்றன. அத்துடன் மற்ற பசுமை வாயுக்களான குளோரோஃபளோரோ கார்பன், நைட்ரஸ் ஆக்சைடு, கார்பன் மோனாக்சைடு, மீத்தேன் போன்ற வாயுக்களின் அளவும் கணிசமான அளவு உயர்ந்து உள்ளது. இப்படி அதிகரித்துக் காணப்படும் வாயுக்களின் அடர்த்தி காரணமாக, பூமியிலிருந்து வெளியேறும் வெப்பமானது வெளியேற முடியாமல் அடியடுக்குகிலேயே தடுத்து நிறுத்தப்படுகின்றது. கரியமில வாயு மிக நீண்ட நாட்கள் வளிமண்டலத்தில் தங்கி இருக்கும் இயல்பு உடையது. இதன் காரணமாக, கரியமில வாயுவின் அடர்த்தி ஒவ்வொரு நாளும் அங்கே அதிகரித்துக்கொண்டே வருகிறது. அதன் விளைவாகவே அடி அடுக்கின் சராசரி வெப்பநிலை 15 டிகிரி செல்சியஸிலிருந்து உயரத் தொடங்கியுள்ளது என ஆய்வு அறிக்கைகள் குறிப்பிடுகின்றன. இந்த வெப்பநிலை உயர்வையே நாம் புவி வெப்பமடைதல் (Global warming) என்று கூறுகிறோம்.

புவி வெப்பமடைதல் விளைவாக வளிமண்டலத்தில் உள்ள அடியடுக்கின் இயற்கையான செயல்பாடுகளில் தடுமாற்றங்கள் ஏற்படுகிறது. குறிப்பாக, பருவகால மாற்றங்கள் அதாவது கோடை, பனி மற்றும் மழைப்பொழிவு போன்றவை பெரும் அளவில் பாதிக்கப்படுகின்றன; பருவகால நாட்கள் நீடிக்கப்படுகின்றன அல்லது குறைகின்றன. சிலசமயங்களில் அந்தப் பருவகால நிகழ்வுகள் நிகழாமலேயே போய்விடுகின்றன. மேலும், அதிதீவிர வெப்பம், அதிக அளவு மழை (மேக வெடிப்பு) மற்றும் பனிப்பொழிவு நிகழ்வுகள் நடைபெறுகின்றன. இதையே நாம் பருவநிலை அல்லது காலநிலை மாற்றம் என்று அழைக்கின்றோம்.

புவி வெப்பம் அடைதலின் தாக்கங்கள்

புவி வெப்பமடையும் நிகழ்வின் காரணமாகச் சூழலியிலிலும், வாழிடங்களிலும் மிகப்பெரிய மாற்றங்கள் நடந்துகொண்டிருக்கின்றன. இதன் விளைவாக மனிதஇனம் மிகப்பெரிய அளவில்

பொருளாதார மற்றும் உயிரிழப்புகளைச் சந்தித்து வருகின்றது. மேலும், பல வன உயிரினங்களும் ஆண்டுக்கு ஆயிரக்கணக்கில் இந்தப் பூமியிலிருந்து மறைந்து வருகின்றன என்கிறார்கள் ஆராய்ச்சியாளர்கள்.

புவி வெப்பமடைவதால் ஏற்படும் பருவநிலை மாற்றம் காரணமாக, மிகப்பெரும் இழப்பினைச் சந்தித்து வரும் சூழ்நிலை மண்டலங்கள் உண்டு என்றால் அது அண்டார்டிக்காவில் உள்ள பனிப்பாறைகளும், ஆர்க்டிக் பகுதியில் உறைநிலையில் உள்ள கடல் பரப்புகளுமே ஆகும். இவை இரண்டுமே தற்போது வேகமாக உருகத் தொடங்கியுள்ளன. இதன் விளைவாகப் பன்னெடுங்காலமாக அவை சேமித்து வைத்திருந்த கார்பனும் வெளியேறத் தொடங்கி இருக்கின்றது. அமெரிக்க மாநிலங்களில் ஒன்றான மாசசூசெட்ஸ்ல் உள்ள Woodwell Climate Research Center ஆராய்ச்சியாளரான சூ நட்டாலி தன்னுடைய ஆய்வு முடிவுகளில் பல அதிர்ச்சியானத் தகவல்களை வெளிப்படுத்தி உள்ளார். உறைபனியில் கிட்டத்தட்ட 1500 மில்லியன் டன்கள் (150 கோடி டன்கள்) அளவுக்கு கார்பன் புதைந்திருக்கும் என்று மதிப்பிட்டுள்ளார். இது தற்போது காற்று மண்டலத்தில் இருக்கும் கார்பனின் அளவைவிட இரண்டு மடங்கு அதிகம் மற்றும் உலக வனப்பரப்பு சேர்த்து வைத்துள்ள கார்பனை விட மூன்று மடங்கு அதிகம் என்று குறிப்பிடுகிறார். மேலும், இதில் 10% கார்பன் கரியமில வாயுவாக வெளியேறும் வாய்ப்பு உள்ளது என்று கணித்துள்ளார். இதன் அளவு என்பது 130 முதல் 150 பில்லியன் டன்கள் வரை இருக்கும் (15,000 கோடி டன்கள்).

கூடுதலாகப் பனிப்பாறைகள் உருகும்போது தோராயமாக 3.2 கோடி கேலன்கள் அளவுக்குப் பாதரசம் இந்தப் பகுதியில் இருந்து வெளிப்படும் என்று சூ நட்டாலி தெரிவித்துள்ளார் (ஒரு கேலன் என்பது கிட்டத்தட்ட 4 லிட்டர்). இந்த அளவானது தற்போது கடலிலும் நிலத்திலும் இருக்கும் பாதரசத்தைப் போல் இரண்டு மடங்கு அதிகம். இன்னும் சற்று எளிமையாகச் சொல்ல வேண்டுமென்றால், இது கிட்டத்தட்ட ஒலிம்பிக் பந்தயங்களில் உள்ள 50 நீச்சல் குளங்களில் இருக்கும் நீரின் அளவுக்குச் சமம். இவ்வாறு வெளியேறும் பாதரசம் மனிதனை எளிதில்

உணவுச்சங்கிலியின் மூலம் வந்து அடையும் என்றும் எச்சரிக்கிறார். இந்த நேரத்தில் 1956ஆம் ஆண்டு ஜப்பான் கடற்கரை நகரமான மினமாட்டாவில் பாதரசக் கழிவுகளால் ஏற்பட்ட உயிரிழப்புகளை நாம் நினைவில் கொள்ள வேண்டும்.

புவி வெப்பமடைதல் காரணமாக காடுகளில் ஏற்படும் மாற்றங்கள் குறிப்பாக, காட்டுத்தீயின் காரணமாகப் பல ஆயிரம் ஹெக்டேர் வனப்பரப்புகள் அழிந்துவருகின்றன. இதன் தொடர்ச்சியாகக் காடுகளின் மேல் மண் அடுக்குகள் மற்றும் காட்டு மரங்களும் பல ஆயிரம் வருடங்களாகச் சேமித்து வைத்துள்ள கார்பனை வெளியேற்றுகின்றன. எனவே, பனிப்பாறைகளும் காடுகளும் வெளியேற்றும் கார்பன், மற்றும், குளோரோ புளோரோ கார்பன், மீத்தேன், புதைபடிவ எரிபொருள் உபயோகம் காரணமாக வெளியேறும் கரியமில வாயு போன்றவை அனைத்தும் அதிக அளவு அடி அடுக்குகளில் சேகரிக்கப்பட்டு மிகவும் அடர்த்தியான ஒரு போர்வைப் போன்ற அமைப்பினை உருவாக்குகின்றன. இவை புவி வெப்பமடையும் நிகழ்வை மேலும் சிக்கல் ஆக்குகின்றன. இதன் காரணமாக, இந்த நூற்றாண்டின் இறுதியில் 4 டிகிரி செல்சியஸ் வரை புவியின் வெப்பம் அதிகரிக்கக்கூடும் என்கிறார்கள் ஆராய்ச்சியாளர்கள். இதில் நாம் புரிந்துகொள்ள வேண்டிய முக்கியமான செய்தி யாதெனில், மனிதனின் அக்கறையற்ற செயல்பாடுகளின் விளைவாக அதிகரிக்கத் தொடங்கிய புவி வெப்பம் தற்போது அதன் போக்கில் இயற்கையாகவே சென்றுகொண்டிருக்கின்றது. அதாவது, இது ஒரு இயற்கை சுழற்சியாக மாறி மனிதனுடைய கட்டுப்பாடுகளைத் தாண்டிச் சென்றுகொண்டிருக்கின்றது.

உருகும் பனிப்பாறைகள்

2035 காலகட்டத்தில் இமயமலைகளில் உள்ள பனிப்பாறைகள் முற்றிலும் உருகிவிடும் என்கின்றது Intergovernmental Panel on Climate Change (IPCC)யின் அறிக்கை. இதுபோலவே, உலகின் மிகப்பெரிய பனிப்பாறைகளைக் கொண்ட கிரீன்லாந்து பகுதியில் பனிப்பாறைகள் மிக அதிக அளவு உருகத் தொடங்கி இருக்கின்றன என்கிறது

ஆரம்பகட்ட ஆராய்ச்சிகள். அதுபோலவே அண்டார்டிகாவில் உள்ள பனிப்பாறைகளும் முன்பு எப்போதும் இல்லாத அளவுக்கு உருகத் தொடங்கியுள்ளது. சமீபத்தில் 4000 சதுர கிலோமீட்டர் பரப்பளவு கொண்ட ஏ23ஏ (A23a iceberg) என்ற பனிப்பாறை (சென்னை மாநகரை போன்று நான்கு மடங்கு பெரியது) அண்டார்டிகா பகுதியில் இருந்து பிரிந்து நகரத் தொடங்கியுள்ளது. இவ்வளவு பெரிய ராட்சச பனிப்பாறை கரையத் தொடங்கி இருக்கிறது என்றால் புவியின் வெப்பம் எந்த அளவு அதிகரித்திருக்கிறது என்பதை நாம் உணர வேண்டும். குறிப்பாக அண்டார்டிகாவில் உள்ள பனிப்பாறைகள் உருகும்போது அதன் காரணமாக மிகப்பெரிய வெள்ளம், நன்னீர் கிடைக்காமை, கடல் மட்டம் உயர்தல் போன்ற பக்க விளைவுகள் பெருமளவில் இருக்கும் என்கின்றன ஆய்வு முடிவுகள்.

நாம் இப்போது கரியமல வாயு வெளியேறுவதை முற்றிலும் குறைத்தாலும் பல நூறு ஆண்டுகளாக மனிதனால் வெளியேற்றப்பட்ட பசுங்குடில் வாயுக்கள் அனைத்தும் பனிப்பாறைகளை 2100-க்குள் முழுவதுமாக உருக்கிவிடும் என்கின்றன ஆய்வுகள். மேலும், ஆர்க்டிப் பகுதியில் உள்ள உறைந்த கடல் பகுதியில் 95% குறைந்து விட்டது என்கிறது ஆய்வு. அமெரிக்காவின் மொன்ட்டானா மாநிலத்தில் உள்ள ஸ்ப்ரே பனிப்பாறை (Sperry glacier) தேசிய பூங்காவில் 800 ஏக்கரில் இருந்த பனி தற்போது 300 ஏக்கராகக் குறைந்துவிட்டது. இன்னும் ஒரு சில வருடங்களில் இது 100 ஏக்கராகச் சுருங்கும் என்று எதிர்பார்க்கப்படுகின்றது. தான்சானியா நாட்டின் வடகிழக்குப் பகுதியில் உள்ள கிளிமஞ்சாரோ பனிப்பகுதி 1912 தொடங்கி தற்போதைய காலகட்டம் வரை 80 சதவீதம் குறைந்துவிட்டன என்கிறது அந்நாட்டு ஆய்வுக்குறிப்புகள். ஆர்டிக் பகுதியில் தொடங்கி பெரு, சுவிட்சர்லாந்து, இந்தோனேசியா போன்ற உலகின் பல பகுதிகளில் உள்ள கடல்மட்ட பனி, உறைபனி மலைகளும் படுவேகமாக உருகி வருகின்றன, இதன் தொடர்ச்சியாகக் கடல்மட்டம் உலகெங்கும் 10-22 சென்டிமீட்டர் வரை உயரக்கூடும் என்று எதிர்பார்க்கப்படுகிறது.

1880 முதல் 2013 வரை உள்ள காலகட்டத்தில் 3.4 மில்லி மீட்டர் அளவுக்கு ஒவ்வொரு வருடமும் கடல்மட்டம் உயர்ந்து

வருவதாக அறியப்படுகிறது. இது 2050 காலகட்டத்தில் 30 சென்டிமீட்டர் வரை உயரக்கூடும். இதன் காரணமாகப் பல தீவுகள் கடலில் மூழ்கும் அபாயத்தில் உள்ளன. குறிப்பாக இந்தியப் பெருங்கடலில் உள்ள மாலத்தீவு, பசிபிக் பெருங்கடலில் அமைந்துள்ள கிரிபாஸ், வனுவாட்டு, துவாலு, சாலமன் போன்ற தீவு நாடுகள் இந்த நூற்றாண்டின் இறுதியில் கடலில் மூழ்கிவிடும் என்று எச்சரிக்கிறார்கள் ஆய்வாளர்கள். தீவு நாடுகள் மட்டும் இல்லாமல் சிறு தீவுகளும் பெருமளவில் இதனால் பாதிப்புகளுக்கு உள்ளாகும். உதாரணமாக, மேற்கு வங்கத்தில், சுந்தரவனக்காடுகள் பகுதியில் இருந்த புதிய மூர் (New Moore) என்கின்ற தீவு, 2009ஆம் ஆண்டு வங்கக்கடலில் மூழ்கியதை நாம் குறிப்பிடலாம்.

இதுபோலவே உலகின் மிகப்பெரிய நகரங்கள் பல கடற்கரை ஓரத்தில் அமைந்துள்ளன என்பதை நாம் மனதில் கொள்ள வேண்டும். எனவே 2050 காலகட்டத்தில் உலகம் முழுவதும் கிட்டத்தட்ட 200 கோடி மக்கள் தங்கள் நிலங்களையும் உடைமைகளையும் இழந்து பருவநிலை அகதிகளாக உள்நாடுகளிலும் வெளிநாடுகளிலும் தஞ்சம் புகக்கூடும் என்கிறது ஆய்வுகள். குறிப்பாக, பங்களாதேஷ், சீனா, இந்தியா, நெதர்லாந்து பகுதிகளில் அதிக மக்கள், அகதிகளாக வெளியேற நேரிடும்.

தனிமனித மெத்தனப்போக்கு, அரசு மற்றும் அதன் சார்ந்த நிறுவனங்களின் கொள்கை முடிவுகள், பருவநிலை மாறுபாடுகளைக் கருத்தில் கொண்டு பெருமளவு மாற்றங்களுக்கு உட்படாத பட்சத்தில் இந்த வெப்பநிலை உயர்வு என்பது தொடர்ந்துகொண்டுதான் இருக்கும்.

புவி வெப்பமடைதல், அதன் தொடர்ச்சியாக வரும் காலநிலை மாற்றங்கள் எவ்வாறு மனிதன் மற்றும் பல்லுயிர் பன்மையை பாதிக்கும் என்பது பற்றி அடுத்தடுத்த கட்டுரைகளில் விரிவாகப் பார்க்கலாம்.

பருவநிலை மாற்றமும், மானுடத்தின் எதிர்காலமும்!

புவி வெப்பமடைதல் அதன் தொடர்ச்சியாக வரும் காலநிலை மாற்றத்தின் காரணமாக மனிதகுலம் சந்திக்கப் போகும் மிக முக்கியமான இரண்டு நிகழ்வுகள்; ஒன்று, கோடிக்கணக்கான மக்கள் தங்களுடைய உடைமைகளையும், நிலங்களையும் இழந்து காலநிலை அகதிகளாகப் புலப்பெயர்ச்சி செய்ய நேரிடும். இரண்டாவதாக, புதிய பாக்டீரியா, வைரஸ் போன்ற நுண்ணுயிரிகளின் வெளிப்பாடு காரணமாகப் புதிய வகை தொற்று நோய்களைச் சந்திக்க நேரிடும். இந்த இரண்டு நிகழ்வுகள் காரணமாகப் பல லட்சம் பேர் மரணிக்கக்கூடும். மேலும், இவை மிகப்பெரிய பொருளாதாரச் சிக்கலையும், வேலை இழப்புகளையும் உலகம் முழுவதும் ஏற்படுத்தும் என்பது திண்ணம்.

மார்ச் 2023, புவி வெப்பம் அடைதல் குறித்து பன்னாட்டு அரசுகளுக்கு விரிவான அறிக்கைகளை உருவாக்கி வழங்கும் வழிகாட்டுக் குழுவான IPCC (The Intergovernmental Panel on Climate Change) உலக நாடுகளுக்குக் கடுமையான ஓர் எச்சரிக்கையை விடுத்துள்ளது. அந்த எச்சரிக்கையின் சாராம்சம் யாதெனில், புவி வெப்பமடைவதால் ஏற்படும் பருவநிலை மாற்றங்களின் காரணமாக இனிவரும் காலங்களில் தொற்றுக்நோய்க் கிருமிகள் மூலம் பரவும் நோய்களின் எண்ணிக்கையும் வீரியமும் முன்பு எப்போதும் இல்லாததை விட அதிகரிக்கக்கூடும். மேலும், உலகின் பல பகுதிகளில் புது வகையான தொற்றுநோய்க் கிருமிகள் வெளிப்பட்டு அவற்றின் மூலம் புதுவகையான நோய்கள் பரவும் அபாயம் உள்ளதாகத் தெரிவித்துள்ளது.

குறிப்பிட்ட பருவகாலங்களில் மட்டுமே இதுவரைப் பரவிக் கொண்டிருந்த தொற்றுநோய்கள் (seasonal disease) அனைத்தும்

வருடத்தின் எந்த மாதத்திலும், எந்தப் பகுதியில் வேண்டுமானாலும் அதிவேகமாகப் பரவக்கூடிய சூழ்நிலை தற்போது நிலவுவதாக உலக நாடுகளுக்கு IPCC எச்சரிக்கை விடுத்துள்ளது. உதாரணமாக, கோடை காலங்கள் வழக்கத்துக்கு மாறாக முன்பே வருவதாலும், மேலும் ஒழுங்கற்றப் பருவமழைப் பொழிவு காரணமாகவும், கங்கைச் சமவெளிப் பகுதிகளிலும், கேரளாவின் பல பகுதிகளிலும் நீர்ப் பற்றாக்குறை ஏற்படுவதற்கான வாய்ப்புகள் அதிகரித்து வருகிறது என்று குறிப்பிடுகிறது. 2023ஆம் ஆண்டு அங்கு இயல்பாகப் பொழிந்து இருக்க வேண்டிய மழையின் அளவு 201.86 சென்டிமீட்டர். ஆனால், அங்கு பொழிந்தது 132.61 சென்டி மீட்டர். இது கடந்த 123 ஆண்டுகளில் மிகவும் குறைவாகப் பொழிந்த மழையாகப் பதிவுசெய்யப்பட்டிருக்கிறது. அதுபோக, 2023ஆம் ஆண்டுக்கான தென்மேற்குப் பருவமழை தென் கர்நாடகத்தின் மையப் பகுதிகள், கிழக்கு உத்தரபிரதேசம், பீகார், ஜார்க்கண்ட், மேற்கு வங்காளம், போன்ற மாநிலங்களில் வழக்கமான அளவு பொழியவில்லை என்று அதிகாரபூர்வமாக இந்திய வானிலைத்துறை அறிவித்துள்ளது. இது மாதிரியான காலநிலை நிகழ்வுகள், அந்தப் பகுதிகளிலும் அதனைச் சுற்றியுள்ள பகுதிகளிலும் காலநிலைகளுடன் நெருங்கிய தொடர்புடைய டெங்கு, மலேரியா போன்ற தொற்று நோய்கள் பரவுவதற்குச் சாதகமான சூழ்நிலையை உருவாக்குகிறது என்று எச்சரிக்கிறது.

பருவநிலை மாற்றமும், புதுவிதத் தொற்றுநோய்களும்!

1990ஆம் ஆண்டுகளில், ஆஸ்திரேலியாவில் உள்ள பிரிஸ்பேன் நகரில், குதிரைகளுக்கும் அதனைப் பராமரிக்கும் மனிதர்களுக்கும் ஒரு புது விதமான வைரஸ் தொற்று ஏற்படுவதை மருத்துவர்கள் கண்டுணர்ந்தார்கள். அதன் தொடர்ச்சியாக, அங்கே பல குதிரைகள் இறந்ததையும், மனிதர்களுக்கு இந்த வைரஸ் காரணமாக மூச்சுத் திணறல் மற்றும் நரம்பியல் தொடர்பான பாதிப்புகள் ஏற்படுவதையும் கண்டுகொண்டனர். தொடர் ஆராய்ச்சியின் விளைவாக அந்தப் புதுமையான வைரஸ் (*Hendra henipavirus*) ஹென்ரா வைரஸ் என்று கண்டுபிடித்தனர். இந்த வைரஸ்களின் திடீர் தாக்குதல் எப்படி ஏற்பட்டது என்று ஆராய முற்படும்போது, பருவநிலை மாறுபாடுகள் காரணமாக ஏற்பட்ட காட்டுத்தீ மற்றும் காடுகளை அழித்தல் போன்றவற்றின் விளைவாக காடுகளில் இருந்து

ஆயிரக்கணக்கான கருப்பு (*Pteropus alecto*) மற்றும் பழுப்புத் தலை பழம் தின்னி வவ்வால்கள் (*Pteropus poliocephalus*) அருகில் உள்ள நகரங்களில் தஞ்சம் அடைந்திருப்பதைக் கண்டுகொண்டார்கள். இந்த வவ்வால்களின் உமிழ்நீர் மற்றும் எச்சத்தில் இருக்கும் இந்த வைரஸ், எளிதாக குதிரைகளுக்குப் பரவுவதையும், குதிரையிலிருந்து அவற்றைப் பராமரிக்கும் மனிதர்களுக்கு ஊடுருவியதையும்உறுதிப் படுத்தினர்.

ஆஸ்திரேலியாவில் 1990 முதல் இன்றைய காலகட்டம் வரை, பல நகரங்களில் ஆயிரக்கணக்கான குதிரைகள், மனிதர்கள் இறப்பதற்கும் இந்த வைரஸ்கள்தான் காரணமாக இருந்தன என்பது உறுதி செய்யப்பட்டுள்ளது.

1996 முதல் 2018 வரை உள்ள காலகட்டங்களில் வவ்வால்களின் படையெடுப்பு என்பது அதிகம் இருந்தது அதற்குக் காரணமாக ஆராய்ச்சியாளர்கள் சுட்டிக்காட்டுவது பருவநிலை மாற்றத்தால் ஏற்படும் காட்டுத்தீ மற்றும் காடுகளை அழிக்கும் சம்பவங்களால் ஏற்பட்ட உணவுப் பஞ்சம்.

ஆஸ்திரேலியாலில், 2020 காலகட்டத்தில் நிலவிய மிகப் பெரிய வறட்சி காரணமாக அந்த வருடம் இந்த வைரஸ்களின் தாக்குதல் அதிகம் இருக்கும் என்று எதிர்பார்க்கப்பட்டது. மாறாக நகரங்களில் இருந்த 2 லட்சத்துக்கும் மேற்பட்ட வவ்வால்கள் காடுகளுக்குத் திரும்பிவிட்டன. அதனைப் பின்தொடர்ந்து சென்ற ஆராய்ச்சியாளர்கள் காடுகளில் வழக்கத்திற்கு மாறாக ஆயிரக்கணக்கான யூகலிப்டஸ் மரங்கள் பூத்துக் குலுங்கிக் கொண்டிருப்பதைக் கண்டார்கள். இந்தப் பூக்கள் வவ்வால்களுக்கு மிகச் சிறந்த உணவாக இருந்த காரணத்தினால் அவை நகரங்களை விட்டுக் காடுகளை நோக்கிப் படையெடுத்தன என்பதை உறுதிப்படுத்திக்கொண்டனர்.

காடுகளில் மட்டுமே வசிக்கும் சில வௌவால்கள், அணில்கள் மற்றும் பறவை இனங்களின் உடல்களில் பல ஆயிரம் வகையான பாக்டீரியாக்களும் வைரஸ்களும் வசிக்கின்றன. அதே நேரம், இந்த விலங்கினங்களின் உடம்பில் வசிக்கும் நுண்ணுயிரிகள் அந்த விலங்குகளுக்கு எந்த விதமான தீங்குகளும் இழைப்பதில்லை, பரஸ்பரம் ஒன்றுக்கு ஒன்று உதவி புரிந்துகொண்டிருக்கின்றன.

மாறாக அந்த விலங்குகளின் உடம்பில் இருக்கும் நுண்கிருமிகள் மனிதர்களிடமோ அல்லது மற்ற விலங்குகளிடமோ பரவும்போது அவை கொரோனா போன்ற புது வகையான நோய்த் தொற்றினை உண்டு பண்ணுகின்றன என்கிறது சமீபத்திய ஆராய்ச்சி முடிவுகள்.

பருவநிலை மாற்றம் காரணமாக காடுகளில் ஏற்படும் மாற்றம் என்பது வனவிலங்குகளுக்குப் பெரும் உணவுப் பஞ்சத்தை ஏற்படுத்துகிறது. இதன் காரணமாகப் பல நேரங்களில் காடுகளில் இருக்கும் விலங்குகளும் பறவைகளும் உணவு, தண்ணீர் மற்றும் இருப்பிடத்துக்காக நகரங்களை நோக்கி நகரத் தொடங்குகின்றன. அவ்வாறு அவை வரும்போது பலதரப்பட்ட நுண்ணுயிரிகளையும் சுமந்துதான் வருகின்றன. இந்த நுண்ணுயிரிகள் செல்லப் பிராணிகள் மற்றும் கால்நடைகளிடமும் எளிதாகப் பரவும், அவ்வாறு தொற்றுக்கு உள்ளான விலங்குகளைப் பராமரிக்கும் மனிதர்களும் பாதிப்புக்கு உள்ளாகிறார்கள். இதுபோன்ற இன்னும் பல நூதனமான வழிகளில் இனிவரும் காலங்களில் நாம் பல புது விதமான நோய்த்தொற்றுக் கிருமிகளைச் சந்திக்கக்கூடும் என்று ஆய்வாளர்கள் எச்சரிக்கிறார்கள்.

உறைபனியில் உயிர்க் கொல்லிகள்!

காலநிலை மாற்றத்தின் காரணமாக 45 ஆயிரம் ஆண்டுகளுக்கு முன்பு உறைபனியில் இருந்த வைரஸ் (*Pithovirus sibericum*) இன்று உயிர்பெற்று வந்திருக்கும் செய்தியினை நாம் சிறிது காலத்துக்கு முன்பு நாளிதழ்களில் படித்திருக்கலாம். ஆராய்ச்சியாளர்கள் இந்த வைரஸை ஆய்வகச் சூழலில் வைத்து இதமாகச் சூடுபடுத்தினர். அனைவருக்கும் அதிர்ச்சி அளிக்கும் வகையில் பல நூற்றாண்டுகள் கழித்து அவை உயிர் பெற்றன. நீட்டிக்கப்பட்ட ஆய்வுகளில் அந்த வைரஸ், நன்னீரில் காணப்படும் ஒருவகையான அமீபா செல்களுக்குள் மிகவும் எளிதாக நுழைந்து நோய்த்தொற்று உண்டுபண்ணியது கண்டறியப்பட்டுள்ளது. மேலும், இது பல நூறு வைரஸ்களாகப் பெருகி நின்றது. பின்பு அந்த அமீபாவின் உடம்பைச் சிதைத்து வெளியேறியதையும் ஆராய்ச்சியாளர்கள் கண்டுகொண்டார்கள்.

2016 ஆம் ஆண்டு மேற்கு சைபீரிய பனி பிரதேசத்தில் உள்ள ஒரு கிராமத்தில் ஆந்த்ராக்ஸ் நோய் பரப்பும் பாக்டீரியா (*Bacillus anthracis*) தாக்குதல் காரணமாக 75 ஆண்டுகளுக்கு முன்பு உயிரிழந்த

மான் ஒன்றின் சடலம் பனி உருகியதால் வெளிப்பட்டது. அதன் தொடர்ச்சியாக மீண்டு எழுந்த ஆந்த்ராக்ஸ் கிருமி சுற்று வட்டார பகுதியில் வசித்த பல நூறு நபர்களுக்கு உடல் உபாதைகளையும், மேலும், ஒரு சிறுவன் உட்பட 2500 கலைமான்களின் (Rangifer tarandus) மரணத்துக்குக் காரணமாக அமைந்தது என்பது இங்கு குறிப்பிடத்தக்கது. மேலும், ஸ்வைன் ஃப்ளூ, பெரியம்மை, பிளேக் போன்ற பெரும் தொற்றுநோய்களைப் பரப்பும் நுண்கிருமிகளும் இந்தப் பனிப்பாறைகளுக்குள் உறைந்தநிலையில் இருப்பதற்கான சாத்தியக்கூறுகள் அதிகம் என்று ஆராய்ச்சியாளர்கள் எச்சரிக்கிறார்கள்.

பருவநிலை மாற்றத்தின் தாக்கம் 4 மடங்கு அதிகமாகக் குளிர்ப் பிரதேசங்களில் நிகழ்வதாக ஆய்வுகள் குறிப்பிடுகின்றன. எனவே, பனிப் பகுதிகளில் உறைநிலையில் இருக்கும் பல வைரஸ்கள் காலநிலை மாற்றத்தின் காரணமாக வெளிவரலாம் என்கின்ற அச்சம் ஆய்வாளர்களிடம் இன்று பரவலாகக் காணப்படுகிறது. குறிப்பாக, ஆர்க்டிக் பகுதியில் உருகும் பனியில் இருந்து கிட்டத்தட்ட 4 செக்ஸ்டீலியன் sextillion (4,000,000,000,000,000,000,000) நுண்ணுயிரிகள் ஒவ்வொரு வருடமும் வெளியேறுவதற்கான சாத்தியக்கூறுகள் உள்ளதாக ஆய்வாளர்கள் குறிப்பிடுகிறார்கள். இந்த எண்ணிக்கையானது வான்வெளியில் காணும் நட்சத்திரங்களுக்கு இணையானது! இந்த வைரஸ்களில் பல நோய்த்தொற்றுகளை உண்டு செய்யும் சாத்தியக்கூறுடன் இருப்பதாக ஆய்வாளர்கள் குறிப்பிடுகிறார்கள். இவ்வகையான வைரஸ்களைச் 'சோம்பி வைரஸ்' என்று அழைக்கிறார்கள். மேலும், இந்த நுண்ணுயிரிகள் எந்த மாதிரியான தாக்கங்களை வாழிடங்களிலும், வன உயிரினங்கள் மற்றும் மனிதன்மீதும் ஏற்படுத்தும் என்று தற்போது கணிக்க இயலாது என்று குறிப்பிடு கிறார்கள்.

காலநிலை அகதிகள்

புவி வெப்பம் அடைவதன் காரணமாக ஏற்படும் ஒழுங்கற்ற பருவநிலை பல இயற்கைச் சீற்றங்களை ஏற்படுத்தும் என்பது நாம் அறிந்ததுதான். இதன் தாக்கம் குறிப்பாக, விவசாய உற்பத்தியைப் பெருமளவில் பாதிக்கும். இதன் தொடர்ச்சியாக, உணவுப் பொருள்களின் விலை ஏற்றம், சத்துக் குறைபாடு உடைய உணவுகள், அதன் காரணமான உயிரிழப்புகளும் வரும் காலங்களில் அதிகரிக்கும். இது பெரிய அளவில் உள்நாட்டு உற்பத்தியைப்

பாதிக்கும். மேலும், சிறிய விவசாயிகளும், விவசாயக் கூலிகளும் விவசாயத்தையே கைவிட்டு வேறு தொழிலுக்கு மாறக்கூடிய சாத்தியக்கூறுகள் அதிகரிக்கும். இதன் விளைவாக ஏராளமான மக்கள் புலம்பெயர நேரிடும்.

'சீரற்றப் பருவநிலை என்பது உலகம் முழுவதும் பல லட்சம் காலநிலை அகதிகளை உருவாக்கும்' என்கிறது வல்லுனர் குழு அறிக்கை. குறிப்பாக, இதன் தாக்கம் இந்தியா போன்ற நாடுகளில் முன்பே தொடங்கிவிட்டதாக ஆய்வுகள் குறிப்பிடுகின்றன. இந்தியாவின் இமயமலைப் பகுதிகளில் உள்ள உத்தரகாண்ட் மாநிலத்தில் ஏற்பட்டுள்ள பாதிப்புகளே இதற்கு நல்ல சான்று.

உத்தரகாண்ட் மாநிலத்தில் வசிக்கும் பெரும்பான்மையான மக்கள் விவசாயத்தைத் தொழிலாகக் கொண்டவர்கள். 2011ஆம் ஆண்டுமுதல், உத்தரகாண்ட் மாநிலத்தில் தொடர்ச்சியாக காலநிலை மாற்றத்தால் ஏற்பட்ட இயற்கைப் பேரழிவுகளின் விளைவாகப் பெரும் மாற்றங்களைச் சந்தித்து வருகிறது. பனிப்பாறைகள் சிதைவு, மற்றும் பெரும் மழை காரணமாக வரும் வெள்ளம், நிலச்சரிவு, போதுமான அளவு பனிப்பொழிவு இல்லாமல் நீண்ட கோடை காலம், காட்டுத்தீ போன்றவை அங்கே தொடர்கதை ஆகிவிட்டது. உதாரணமாக, நவம்பர் 2023 முதல் மே 2024 வரை உள்ள ஏழு மாதங்களில் ஆயிரத்திற்கும் மேற்பட்ட காட்டு தீ சம்பவங்கள் உத்தரகாண்டில் பதிவு செய்யப்பட்டுள்ளன. இதன் விளைவாக, மாநிலத்தின் 0.1% காடுகளும், 45% நிலப்பரப்பும் சேதமடைந்துள்ளதாக அறிவிக்கப்பட்டுள்ளது. இது போன்ற தொடர் காலநிலை மாற்ற விளைவுகள் காரணமாக பெரும்பான்மையான விவசாயிகள் விவசாயத்தை விட்டு வெளியேறுகின்றனர் .

குறிப்பாக, 2011ம் ஆண்டுக்குப் பிறகு அங்கே எடுக்கப்பட்ட மக்கள்தொகை கணக்கெடுப்பின்படி, 40 லட்சம் மக்கள் அந்த மாநிலத்தில் தங்களின் பூர்விக நிலங்களை விட்டு, புலம்பெயர்ந்து விவசாயக் கூலிகளாகவும், தினக் கூலிகளாகவும் இந்தியாவின் பல பகுதிகளில் வசிப்பது கண்டறியப்பட்டுள்ளது. அவ்வாறு புலம்பெயர்ந்த மக்கள்தொகையானது, அந்த மாநிலத்தின் மக்கள்தொகையில் 40% என்கிறது அரசு அறிக்கை. கிட்டத்தட்ட 734 கிராமங்களில் ஒரு நபர் கூட வசிக்கவில்லை என்பது துயரத்தின்

உச்சம். வெறும் வீடுகள் மட்டுமே அங்கே மக்கள் வாழ்ந்ததற்கு ஆதாரமாக எஞ்சி நிற்கிறது என்று குறிப்பிடுகின்றன அறிக்கைகள். 2050 காலகட்டத்தில் அந்த மாநிலத்தின் சராசரி வெப்பநிலை என்பது 1.6 முதல் 1.9 செல்சியஸ் வரை உயர்தல் கூடும் என்கிறது குறிப்புகள். இனிவரும் வருடங்களில் மேலும் 30% மக்கள் உத்தரகாண்ட் மாநிலத்தை விட்டு வெளியேறக்கூடும் என்று எதிர்பார்க்கப்படுகிறது.

இதுபோன்ற நிகழ்வுகள் மற்ற மாநிலங்களிலும் நிகழ்ந்துகொண்டு தான் இருக்கிறன. ஆனால், அவை அதிக கவனம் பெறவில்லை என்பதுதான் உண்மை. உதாரணமாக, நமது அண்டை மாநிலமான கேரளாவில் 2018 மற்றும் 2019 காலகட்டங்களில் பொழிந்த தொடர் மழையின் விளைவாக ஏற்பட்டச் சேதங்களை நாம் செய்திகளாகப் பார்த்தது ஞாபகம் இருக்கலாம். 2018ஆம் ஆண்டு பொழிந்த கனமழை காரணமாக 470 பேர் இறந்ததையும், மாநிலத்தில் 40,000 கோடிகள் இழப்பு ஏற்பட்டதையும் நாம் இங்கே நினைவில் கொள்ளவேண்டும். அதுபோலவே, கடந்த 47 வருடங்களில் இல்லாத அளவுக்கு, 2023, டிசம்பர் 4 அன்று சென்னை மற்றும் அதன் சுற்றுவட்டாரப் பகுதிகளில் ஒரே நாளில் 34 சென்டிமீட்டர் மழை பொழிந்தது.

அதன் தொடர்ச்சியாக, தமிழகத்தின் தென் மாவட்டங்களில் வழக்கத்துக்கு மாறாக வடகிழக்குப் பருவமழை தீவிரம் அடைந்தது. கடந்த நூறு ஆண்டுகளில் இல்லாத அளவுக்கு தூத்துக்குடி மாவட்டம் காயல்பட்டினத்தில் 30 மணி நேரத்தில் 116 சென்டிமீட்டர் மழையும், திருச்செந்தூரில் 92 சென்டிமீட்டர் மழையும் பொழிந்தது. தாமிரபரணி கரையோரத்தில் உள்ள 30க்கும் மேற்பட்ட கிராமங்களில் 650 ஏக்கருக்கு மேல் பயிரிடப்பட்டிருந்த வெற்றிலைக்கொடி நாசமாகின. இதன் விளைவாக, 65 கோடிகளுக்கு மேல் இழப்பினை விவசாயிகள் சந்தித்துள்ளனர். கனமழை காரணமாக 55 மனித உயிர்களும், 27 எருமை மாடுகளும், 297 ஆடுகளும், 25 ஆயிரம் கோழிகளும் மரணித்திருக்கின்றன.

அதுபோலவே, 122 வருடங்களில் எப்போதும் இல்லாத அளவில் 2022ஆம் ஆண்டு மயிலாடுதுறை மாவட்டம், சீர்காழி மற்றும் அதன் சுற்றுவட்டாரப் பகுதிகளில் நவம்பர் மாதம் ஒரே நாளில் 44 சென்டிமீட்டர் மழை பொழிந்ததை நாம் நினைவில்

உத்தரகாண்ட் மாநிலத்தில் 2013ஆம் ஆண்டு ஏற்பட்ட வெள்ளத்தின் சீற்றம்!

நிறுத்த வேண்டும். அதன் விளைவாக, 40 ஆயிரம் ஹெக்டேர் பரப்பளவு விவசாயப் பயிர்கள் நீரில் மூழ்கின; ஆயிரக்கணக்கான வீடுகள் சேதமடைந்தன; கிட்டத்தட்ட 189 கால்நடைகள் இறந்தன. இதுபோலவே, 2023ஆம் ஆண்டு அக்டோபர் முதல்வாரத்தில் சிக்கிம் மாநிலத்தில் ஏற்பட்ட மேகவெடிப்பால் 200க்கும் மேற்பட்டோர் உயிரிழந்ததாகத் தகவல்கள் வந்துள்ளன. (Cloud burst மேகவெடிப்பு என்பது ஒரு மணி நேரத்தில், ஓரிடத்தில் நூறு மில்லி மீட்டருக்கு அதிகமான அளவு மழை பொழிவது). இது போன்ற நிகழ்வுகள் பொதுவாக விவசாயத்தை அதிக அளவு பாதிக்கும்.

இந்தியாவைப் பொறுத்தவரை 60 முதல் 73 சதவீத மக்கள் விவசாயத்தைம், விவசாயம் சார்ந்த தொழில்களையும் மட்டுமே பல தலைமுறைகளாக நம்பி உள்ளார்கள். காலநிலை மாற்றம் காரணமாக தொடர்ந்து விவசாயம் பாதிக்கப்படும்போது உத்தரகாண்ட் மாநிலத்தில் எவ்வாறு புலம்பெயர்வு நிகழ்ந்ததோ அவ்வாறு பல மாநிலங்களில் நிகழக்கூடும் என்பதுதான் எதார்த்தம். இதற்கு, தமிழகம் விதிவிலக்கு அல்ல என்பதை உணர்ந்து நாம் செயல்பட வேண்டிய தருணம் இது.

காலநிலை மாற்றத்தால் விவசாயத்தில் ஏற்படும் பாதிப்புகளால் தொடரும் புலம்பெயர்வுபோல் கடல்மட்டம் உயர்வதாலும் அதிக அளவு நடை பெறும் என்பதை நாம் முன்பே பார்த்தோம். சற்றே நாம் யோசித்துப் பார்த்தோமேயானால் இந்தியாவின் பல முக்கியமான பெரும் நகரங்கள் அனைத்தும் கடற்கரையில் அமைந்துள்ளன. உதாரணமாக, சென்னை, புதுச்சேரி, மும்பை, திருவனந்தபுரம், கொல்கத்தா, புவனேஸ்வர், விசாகப்பட்டினம், உடுப்பி, சூரத், மங்களூர் போன்ற நகரங்களைக் குறிப்பிடலாம். இந்தப் பெரும் நகரங்களில் கிட்டத்தட்ட 35 கோடி பேர் கடற்கரையில் இருந்து சில கிலோமீட்டர் தூரத்துக்குள் வசிக்கிறார்கள். இந்தப் பகுதிகளிலிருந்து சிறியளவு மக்கள்கூட்டம் புலம்பெயர்ந்தாலும் அதன் தாக்கம் கற்பனைக்கும் எட்டாத வகையில் இருக்கும்.

இவை போக, இந்தியாவில் 7516.6 கிலோமீட்டர் நீள கடற்கரையில் ஆயிரக்கணக்கான சிறு நகரங்களும் கிராமங்களும் உள்ளன என்பதை நாம் நினைவில் கொள்ள வேண்டும். இவற்றுள் பல பத்து ஆண்டுகளுக்கு முன்பிருந்தே கடல்மட்டம் உயர்வினால் ஏற்படும் பிரச்னைகளைச் சந்தித்து வருகின்றன. சான்றாக, பூம்புகார் நகரினை எடுத்துக்கொள்ளலாம்.

சந்தேகத்துக்கு இடமின்றி, இனி வரும் காலங்களில் குறிப்பாக, 2050-க்குள் உயரும் கடல்மட்டம் காரணமாகப் பல கோடி மக்கள் தங்களுடைய உடைமைகளை விட்டு காலநிலை அகதிகளாக இந்தியாவின் மற்ற பகுதிகளுக்குப் புலம்பெயர்வு செய்யக்கூடிய கட்டாயத்துக்குத் தள்ளப்படுவார்கள் என்பதுதான் எதார்த்தம். இதனால் ஏற்படக்கூடிய சமூக, சுற்றுச்சூழலியல், பொருளாதார இன்னல்கள் என்பது இந்தியர்கள் வாழ்வியலில் பெரும் தாக்கத்தை ஏற்படுத்தும் என்பது உறுதி!

இதற்கு வலு சேர்க்கும் விதமாக, இந்திய பேரிடர் மேலாண்மை ஆணையத்தின் தகவல்களின் அடிப்படையில் பார்க்கும்போது நம்மிடையே உள்ள 766 மாவட்டங்களில் 551 மாவட்டங்கள் காலநிலை மாற்றத்தினால் ஏற்படும் மேகவெடிப்பு, அதிதீவிர மழை, வெள்ளப்பெருக்கு, புயல், கடல்மட்டம் உயர்வு போன்ற நிகழ்வுகளைத் தொடர்ந்து சந்திக்கும் வாய்ப்புகள் அதிகம் கொண்டவையாக கண்டுணறப்பட்டுள்ளன. ஆனால், இவற்றுள் 137 மாவட்டங்களில் மட்டுமே வெள்ள அபாயம் மற்றும் இதர இயற்கைப் பேரிடர்களைப் பற்றி எச்சரிக்கும் மையம் உள்ளது என்ற செய்திகள் எதார்த்தத்தை நமக்குத் தெளிவாக புரியவைக்கும். இதுபோன்ற ஒரு பேரிடர் எச்சரிக்கை வசதி நம்மிடையே இல்லாத காரணத்தினால்தான் 1999ஆம் ஆண்டு ஒடிசா கடற்கரையில் மணிக்கு 260 கிலோமீட்டர் வேகம் கொண்ட புயல் தாக்கும் என்ற செய்தியைப் பரவலாகப் பகிர முடியவில்லை அதன் விளைவாக 10,000 மக்கள் உயிரிழந்தனர் மேலும் 10,000 கோடிகளுக்குமேல் பொருளாதார இழப்பை அந்த மாநிலம் சந்தித்தது என்பதை நாம் நினைவில் நிறுத்த வேண்டும்.

பருவநிலை மாற்றமும், பல்லுயிர்ச் சிதைவும்!

இந்தப் பூமியில் பல லட்சம் உயிரினங்கள் உயிர்ப்புடன் தனது பணிகளைத் தொடர்ந்து செய்கின்ற காரணத்தால் மட்டுமே மனித இனம் இங்கே தழைத்து வாழமுடிகிறது. சற்று சிந்திப்போமேயானால், மனிதர்களின் வாழ்நாட்களை நிர்ணயிக்கவும் நீட்டிக்கவும் உள்ள அதிகாரத்தை, இயற்கையானது தாவரங்கள் மற்றும் விலங்குகள் வசம் ஒப்படைத்துள்ளது என்கிற உண்மை நமக்குப் புலப்படும். உதாரணமாக, நாம் சுவாசிக்கும் காற்று, உண்ணும் உணவு, அணிந்துகொள்ளும் ஆடை, உட்கொள்ளும் மருந்துகள் போன்ற அத்தியாவசியமானவற்றைப் பல லட்சம் ஆண்டுகளாக நமக்கு அளிப்பது தாவரங்களும் விலங்குகளுமே ஆகும்.

தேனீ இனங்களை எடுத்துக்கொள்வோம், 'தேனீ இனங்கள் முற்றிலுமாக அழிந்துவிட்டால் அடுத்து வரும் ஐந்து ஆண்டுகளில் மனித இனமே கூண்டோடு அழிந்துவிடும்!' என்று உலகம் போற்றும் பௌதீகவியல் ஆராய்ச்சியாளர் ஐன்ஸ்டீன் குறிப்பிடுகிறார். அதற்குக் காரணம், நாம் பயிர்செய்யும் உணவுப்பயிர்கள் பெரும்பான்மையானவை மகரந்தச் சேர்க்கைக்கு, தேனீ இனங்களையே நம்பியுள்ளன. கூடுதலாக உலகிலுள்ள 75% விவசாயத் தாவரங்களும் 90% காட்டுத் தாவரங்களும் மகரந்தச்சேர்க்கைக்காக பூச்சி இனங்களையே நம்பியுள்ளன. இந்தப் பூச்சி இனங்கள் அழியும்போது மிகப்பெரிய உணவுப் பஞ்சத்தை உலகு சந்திக்கும்.

அதுபோலவே, காடுகளில் வாழும் பறவை இனங்களும் மனித வாழ்வுக்கு மிகப்பெரிய பங்களிப்பைக் கொடுக்கின்றன. உலகின் வெப்ப மண்டலப் பகுதியில் உள்ள பறவைகளில் 90-95 சதவீத பறவைகள், காடுகளில் உள்ள தாவரங்களின் மகரந்தச்சேர்க்கைக்கும்,

விதைகள் பரவுவதற்கும் காரணம். இந்தப் பறவை இனங்கள் இல்லாவிட்டால் வனப்பரப்பானது மிகவும் சுருங்கிவிடும். அடுத்தத் தலைமுறை வாழவேண்டிய இடங்கள், தாவரங்கள் அற்ற வனங்களாக மாறிவிடும். இவ்வாறு நம்முடைய மனிதகுலத்தின் ஒவ்வொரு நொடி வாழ்க்கைக்கும் பல நுண்ணுயிரிகளும், தாவரங்களும், விலங்குகளும் தொடர்ந்து உதவிபுரிந்து வருகின்றன.

இந்தப் பூமியில் மனித இனம் இல்லாமல் போனால் மற்ற உயிரினங்களுக்கு எந்தவித பாதிப்புகளும் கிடையாது. மாறாக அவை நன்றாகச் செழித்துப் பெருகும். அதேசமயம், வன உயிரினங்கள் அழியும் பட்சத்தில் மனித குலம் மிகப்பெரிய இன்னல்களை சந்திக்க நேரிடும். அதன் தொடர்ச்சியாக இந்தப் பூமியில் இருந்து மனித குலம் துடைத்து எறியப்படும்.

ஒவ்வொரு உயிரினமும் சுற்றுச்சூழலிலும், உணவுச்சங்கிலியிலும், காலநிலை மாற்றத்திலும், வாயுக்கள் சுழற்சியிலும், தாது பொருட்கள் மற்றும் காற்று, மழை, நீர் ஆகியவற்றின் இயற்கை சூழற்சியிலும் முக்கிய பங்கு வகிக்கின்றன. எனவே, இந்த உயிரினங்கள் அழியும்பட்சத்தில் மனித இனம் மிகப்பெரிய சிக்கலைச் சந்திக்க நேரிடும்!

ஒவ்வொரு சூழ்நிலை மண்டலத்திலும் இருக்கும் அனைத்து விதமான உயிரினங்களும், அந்தச் சூழ்நிலை மண்டலம் இயல்பாகவும், இயற்கையாகவும் செயல்பட உதவுகின்றன. சூழ்நிலை மண்டலம் தன் இயல்புடன் இருக்கும் காரணத்தினாலேயே அங்கு உயிரினங்களும் மனிதர்களும் வசிக்க முடிகிறது. அவற்றின் இயற்கையான இயல்பு நிலைகள், பண்பு நலன்களில் மாற்றம் அல்லது தொய்வு ஏற்படும்போது அதன் விளைவுகள் மிகக் கடுமையான தாக்கத்தை உயிரினங்கள் மீது ஏற்படுத்துகின்றன.

இயற்கையாகவே சராசரி வெப்பநிலையில் ஒரு சிறு மாற்றம் ஏற்பட்டாலே அது சூழ்நிலை மண்டலத்தைப் பெரிதும் பாதிக்கும். கடந்த சில நூறு ஆண்டுகளில் பல சூழ்நிலை மண்டலங்களில் புவி வெப்பமடைந்தாலும், காலநிலை மாற்றத்தாலும் தனது இயல்பு

நிலையில் இருந்து வழுவி வருகின்றது. இதன் தொடர்ச்சியாக அந்தச் சூழ்நிலை மண்டலத்தையே நம்பி இருக்கும் ஆயிரக்கணக்கான உயிரினங்களும் இதனால் பாதிப்புகளைச் சந்தித்து வருகின்றன.

பொதுவாக, இந்த மாதிரியான பருவநிலை மாற்றங்களால் ஏற்படும் பாதிப்புகளில் இருந்து உயிரினங்கள் இரண்டு வகையில் மட்டுமே தங்களைப் பாதுகாத்துக்கொள்ள முடியும் என்று ஆய்வாளர்கள் குறிப்பிடுகிறார்கள். ஒன்று, சூழ்நிலை மண்டலத்தில் ஏற்பட்ட மாற்றத்துக்குப் பழகிக்கொள்ளுதல் மற்றொன்று அந்தச் சூழ்நிலை மண்டலத்தில் இருந்து வேறு பகுதிகளுக்கு இடம் பெயர்ந்து செல்லுதல்.

ஆனால், இவை இரண்டுமே கடினமான விடயங்கள்தான். பல லட்சம் வருடங்களாக ஒரே மாதிரியான தட்பவெப்ப நிலை, உணவு, இருப்பிடம், போன்றவற்றுக்கு மரபுரீதியாகப் பழக்கப்பட்ட ஓர் இனம் அவ்வளவு எளிதில் தனது இயல்புகளை மாற்றிக்கொள்ள முடியாது. மேலும், புதிய வாழிடங்களை நோக்கிச் சென்றாலும் அங்கு பழைய வாழிடத்தில் இருக்கும் அனைத்து விதமான அடிப்படைத் தேவைகள் யாவும் எளிதில் கிட்டும் என்று அறுதியிட்டுக் கூற முடியாது. அதே இனத்தைச் சார்ந்த சக உயிரினங்களிடம் உணவு, இனப்பெருக்கம் மற்றும் இருப்பிடத்துக்காகப் போட்டியிட்டுப் போராட வேண்டி வரும்.

மேலும், ஒரு சூழ்நிலை மண்டலத்தில் இருந்து வேறு ஒரு சூழ்நிலை மண்டலத்துக்குப் புலப்பெயர்ச்சி செய்யும்போது, செல்லும் பாதைகளில் இயற்கையான மற்றும் செயற்கையான பல தடைகளைத் தாண்டி அவை செல்லவேண்டி இருக்கும். இந்த விதமான தடைகளைத் தாண்டும் உத்தி மற்றும் ஆற்றல் அனைத்து உயிரினங்களுக்கும் இயற்கையாகவே வழங்கப்பட்டிருக்கவில்லை. இதன் காரணமாகவே காலநிலை மாற்றத்தால் பல சூழ்நிலை மண்டலங்களில் வசிக்கும் பல ஆயிரம் உயிரினங்கள் மெல்ல மெல்ல அழிந்து வருகின்றன என்று உயிரியல் ஆய்வாளர்கள் குறிப்பிடுகிறார்கள்.

மலைப்பிரதேசங்களில் பல்லுயிர்ச் சிதைவு

புவி வெப்பமடைதல் மற்றும் பருவநிலை மாறுபாடுகளின் காரணமாக இமயமலையின் வடமேற்குப் பகுதிகளில் உள்ள இந்துகுஷ் மலை தொடர்களின் பல்லுயிர் பன்மை கடந்த ஐம்பது ஆண்டுகளில் பல மடங்கு பாதிப்புகளைச் சந்தித்து வருகின்றது. இந்த மலைத்தொடரில் உள்ள பல தாவர இனங்களின் இலையுதிர் காலம், பூ மற்றும் கனிகள் கனியும் காலம் போன்றவற்றில் பல மாறுதல்கள் ஏற்பட்டு இருப்பதைப் பன்னெடுங்காலமாக அங்கே ஆய்வு செய்யும் ஆராய்ச்சியாளர்கள் பதிவுசெய்து இருக்கிறார்கள். உதாரணமாக, அங்கே காணப்படும் இஞ்சி வகை மற்றும் ரோடோடென்ட்ரான் (பூவரசு வகை) சார்ந்த தாவரங்களின் பூப்பூக்கும் காலம் பல மாதங்கள் முன்பே வந்து விடுகிறது. இந்தப் பூக்களையும் கனிகளையும் நம்பி வலசை வரும் பறவை மற்றும் விலங்கினங்கள் உணவுத் தட்டுப்பாடுகளைச் சந்திக்க நேரிடுகிறது. அதன் தொடர்ச்சியாக, விலங்கினங்கள் மூலம் பரவும் விதை பரவல் நிகழ்வுகளும் தடைப்படுகின்றது. காலப்போக்கில் இந்தத் தாவர இனமே அற்றுப் போகவும் வாய்ப்புள்ளது.

பனிப்பொழிவின் காலம் மற்றும் தன்மையில் ஏற்படும் மாற்றங்கள் காரணமாக, இமயமலை பகுதிகளில் காணப்படும் பல தாவரங்களின் இளம் கன்றுகள்/ சிறு நாற்றுகள் தங்களுடைய மூதாதையர்கள் வசித்த உயரங்களிலிருந்து கூடுதலாக 15 முதல் 54 மீட்டர் உயரங்களில் மட்டுமே பிழைத்துச் செழித்து வளர்வதை ஆய்வாளர்கள் பதிவுசெய்திருக்கிறார்கள். அதுபோலவே, பெரிய மர இனங்கள் மட்டுமே வளரும் 4000 அடி உயரத்தில் பெர்சியன் ஜூனிப்பர் (*Juniperus polycarpos*) போன்ற சிறு செடி இனங்கள் தற்போது பரவலாகக் காணப்படுகின்றன. இதுபோலவே, மலைப்பகுதிகளில் வாழும் பல தாவர இனங்கள் மேல் நோக்கி இடம்பெயர்வதை உலகெங்கிலும் பல ஆராய்ச்சியாளர்கள் பதிவுசெய்து இருக்கிறார்கள்.

மலைகள் வளர்ச்சிக்கான ஒருங்கிணைந்த சர்வதேச மையத்தின் (ICIMOD- International Centre for Integrated Mountain Development)

சமீபத்திய ஆய்வுக் குறிப்புகளின் படி, இந்துகுஷ் மலைப்பகுதிகளில் மட்டுமே காணப்படும் ஆசிய பழுப்பு நிறக் கரடி (Ursus arctos), நீல நிற ஆடு (Pseudois nayaur), திபெத்தியின் மான் (Pantholops hodgsonii), திபெத்தியின் காட்டுக்கழுதை (Equus kiang), சடை எருமை (Bos mutus) போன்றவற்றின் எண்ணிக்கை 44% குறைந்துவிட்டதாகக் குறிப்பிடுகிறது. மேலும், இவற்றுள் பல, முற்றிலும் அழிவதற்கோ சாத்தியக்கூறுகள் அங்கே அதிகம் தென்படுவதாக எச்சரிக்கிறார்கள்.

இமயமலை பகுதியில் உள்ள சிக்கிம் மாநிலத்தில் மட்டுமே காணப்படும் 90 வகையான வன உயிரினங்கள், ஒரு வருடத்துக்கு 27.53 மீட்டர் வரையில் மேல் நோக்கி இடம்பெயர்வதாக அந்த மாநில ஆய்வுக் குறிப்புகள் கூறுகின்றன. காஷ்மீரின் லடாக் பகுதியில் மட்டுமே காணப்படும் Potentilla pamirica புதர்ச் செடிகள், தற்போது 150 மீட்டர் அதிக உயரத்தில் இடம்பெயர்ந்து இருப்பதைக் கண்டுணர்ந்துள்ளனர். சிக்கிம் மாநிலத்தில் ஆயிரம் மீட்டர் உயரத்தில் காணப்படும் ராஜநாகங்கள், தற்போது 1200 மீட்டர் உயரங்களை நோக்கி தங்களுடைய வாழிடங்களை மாற்றிவிட்டன. மலைப்பகுதிகளில் காணப்படும் நுண்ணுயிரிகள், பூச்சி இனங்கள், மீன்கள், இருவாழ்விகள், ஊர்வன பறவைகள் மற்றும் பாலூட்டிகள், தற்போது பல வகையான பாதிப்புகளைப் பருவநிலை மாற்றம் மூலம் சந்தித்து வருகின்றன. இவற்றின் பல இனங்கள் 2050 காலகட்டத்தில் அழிந்துவிடும் என்பதுதான் உயிரியல் ஆர்வலர்களை அச்சப்பட வைக்கும் செய்தியாக உள்ளது.

உயரமான பகுதிகளில் நீர்நிலைகள் மற்றும் சதுப்பு நிலக்காடுகளில் அதிகம் காணப்பட்ட 'பிஷ்ஷிங் கேட்ஸ்' என்ற மீன்பிடிக்கும் பூனை வகைகள் இந்தியாவின் பல பகுதிகளில் இருந்து முற்றிலும் அழிந்து விட்டதாக சமீப கால அறிக்கைகள் உறுதிப்படுத்துகின்றன. மேலும் இமயமலைப் பகுதிகளில் வாழும் பனி சிறுத்தைகள் (Panthera uncia), கஸ்தூரி மான்கள் (Moschus moschiferus), பழுப்பு லங்கூர் குரங்குகள் (Semnopithecus ajax) போன்றவை தற்போது உயரமான இடங்களை நோக்கி நகரத் தொடங்கிவிட்டன. ஆனால், அந்தப் புதிய இடத்தில் அவற்றுக்குத் தேவையான மற்றும் போதுமான உணவு வகைகள் கிடைக்குமா என்பது சந்தேகமே.

பறவை இனங்களைப் பொறுத்தவரை காட்டுக்கோழிகள் வகையைச் சார்ந்த crimson horned tragopan *(Tragopan satyra)* அதிக உயரமான இடங்களில் தற்போது வசிக்கத் தொடங்கிவிட்டன. இதன் காரணமாக, அவற்றின் உணவு தேடும் பரப்பளவு குறைந்துவிட்டதாக பறவையியல் ஆராய்ச்சியாளர்கள் பதிவுசெய்து இருக்கிறார்கள். மேலும், கருப்புக்கழுத்து கொக்கு வகைகள் *(Grus nigricollis)* தன்னுடைய முட்டைகளை அடைகாக்கும் கால அளவு அதிகரித்துள்ளது. இதன் காரணமாக அவற்றுக்குச் சரியாக உணவு எடுத்துக்கொள்ள முடியவில்லை என்கிறது குறிப்புகள்.

இருவாழ்விகள் ஆன தவளை இனங்கள் காலநிலை மாற்றத்தால் பெரிய பாதிப்புகளைச் சந்தித்து வருகின்றன. உதாரணமாக, பாகிஸ்தான் பகுதிகளில் மட்டுமே காணப்படும் காஷ்மீர் பா*(paa)* தவளை *(llopaa hazarensis)* மற்றும் ஹிமாலயா பா(paa) தவளை *(Nanorana vicina)* போன்றவை, போதுமான அளவு வெப்பம் இல்லாதக் காரணத்தினால் இளம் உயிரிகளின் வளர்ச்சிதை மாற்றம் பாதிக்கப்படுகிறது. இதன் காரணமாக, சென்ற நூற்றாண்டுகளில் இருந்த அளவைவிட அவற்றின் உருவ அளவு சிறுத்துக் காணப்படுவதாக ஆய்வுகள் குறிப்பிடுகின்றன. மேலும், பருவநிலை மாற்றம் காரணமாக உலகம் முழுதும் கிட்டத்தட்ட 8,000 வகை இருவாழ்விகள் அழிவின் விளிம்பில் உள்ளதாகத் துறை வல்லுநர்கள் குறிப்பிடுகிறார்கள்.

பூச்சி இனங்களைப் பொறுத்தவரை குறிப்பாக வண்ணத்துப் பூச்சிகள் பற்றிய தரவுகளே அதிகமாகக் காணப்படுகின்றன. சீனப் பகுதியில் காணப்படும் அப்பல்லோ வண்ணத்துப்பூச்சியின் *(Parnassius imperator)* எண்ணிக்கை பெரும் வீழ்ச்சியைச் சந்தித்துள்ளது. அதுபோலவே, பாகிஸ்தானில் உள்ள முர்ரே (Murree) குன்றுகளில் காணப்படும் 14 வகையான வண்ணத்துப்பூச்சி இனங்கள் தற்போது முற்றிலுமாக அழிந்துவிட்டன என்கிறது அந்த நாட்டு ஆய்வு. மேலும் மலைப்பகுதிகளில் காணப்படும் பல வகையான எறும்பு இனங்களின் எண்ணிக்கையும் வெகுவாகக் குறைந்துவிட்டதாக உலகம் முழுவதும் உள்ள ஆராய்ச்சியாளர்கள் பதிவுசெய்து இருக்கிறார்கள். முன்பு எப்போதும் இல்லாத வகையில், இமயமலையின் உயரமான

பகுதிகளில் தீங்கிழைக்கும் tea shot hole borer *(Euwallacea fornicates)* போன்ற பூச்சி இனங்கள் தற்போது காணப்படுகின்றன. அதுபோலவே, எவரெஸ்ட் சிகரத்தின் பல பகுதிகளில் கொசுக்கள் தற்போது புதிதாகக் குடியேறி இருப்பது கண்டறியப்பட்டுள்ளது.

முன்பே குறிப்பிட்டதுபோல் ஒவ்வொரு இனமும் சூழலில் முக்கிய பங்கு வகிக்கின்றது. அவற்றின் எண்ணிக்கை குறையும் பட்சத்தில் அல்லது அவை அழியும் பட்சத்தில் அந்தச் சூழ்நிலை மண்டலத்தில் இயற்கையான செயல்பாடுகள் பெருமளவில் பாதிப்புகளைச் சந்திக்க நேரிடும். அதன் தொடர்ச்சியாகப் பல இனங்களும் அழியக்கூடும். அதன் நீட்சியாக, மனித இனமும் அற்றுப்போகும்.

நாட்டு உழவாரன் பறவைகள்

தமிழகத்தில் சத்தியமங்கலம் வனப்பகுதியில், பவானிசாகர் அருகில் உள்ள தெங்குமரஹாடா என்ற மலை கிராமத்தில் 2008ஆம் ஆண்டு, ஆயிரத்துக்கும் மேற்பட்ட நாட்டு உழவாரன் பறவைகள் Common House Swift *(Apus affinis)* இறந்து கிடப்பதாக வனத்துறைக்குத் தகவல் கிடைத்தது. வனத்துறையும் வனவியல் ஆராய்ச்சியாளர்களும் மேற்கொண்ட ஆய்வில், பருவநிலை மாற்றம் காரணமாகத்தான் இந்த மிகப்பெரிய உயிரிழப்பு ஏற்பட்டது என்று தெரிவித்திருக்கிறார்கள்.

பறவைகளைப் பிரேத பரிசோதனை செய்து அறிக்கையைப் பெற்ற நிலையில் அவற்றின் உடம்பில் நீர் பற்றாக்குறையும், அவற்றின் உணவு மண்டலத்தில் எந்த விதமான உணவும் இல்லாததுதான் இந்த இறப்புக்குக் காரணம் என்று தெரிவிக்கப்பட்டது. இந்த மிகப்பெரிய இழப்புக்கு மூல காரணம் பட்டினி என்று தெரியவந்துள்ளது. அதாவது, 2008ஆம் ஆண்டு, பிப்ரவரி மாதம் 12 முதல் 14ஆம் தேதி வரை அந்தப் பகுதிகளில் வழக்கத்துக்கு மாறாகத் தொடர் மழைப் பொழிவு இருந்தது. வழக்கமாக செப்டம்பர், நவம்பரில்தான் அங்கு மழை பொழியும். பிப்ரவரி மாதம் பொழிந்த மழையானது 200 மில்லிமீட்டர் வரை இருந்தது என்று பதிவு செய்திருக்கிறார்கள்.

தெங்குமரஹாடாவில் தப்பிப் பிழைத்த உழவாரன் பறவை.

புகைப்படம் உதவி: முனைவர் ராமகிருஷ்ணன், உதகமண்டலம் அரசுக் கல்லூரி

ஆகாயத்தில் பறக்கும் சிறு பூச்சிகளை உழவாரன் பறவைகள் வேட்டையாடி உணவாகஉட்கொள்ளும். தொடர்மழைப்பொழிவின் காரணமாக இந்தப் பறவைகளால் மூன்று நாட்கள் உணவு தேடச் செல்ல முடியவில்லை. மேலும், பல பகுதிகளில் ஏற்பட்ட வெள்ளப்பெருக்கம் இந்தப் பறவைகளை அடித்துச் சென்றுவிட்டது. இதன் காரணமாகவே இவ்வளவு பெரிய உயிரிழப்புகளை அவை சந்தித்தன என்கிறார்கள், ஆராய்ச்சியாளர்களும் வனத்துறையினரும். இதுபோலவே, 1969ஆம் ஆண்டு, இங்கிலாந்தில், தெற்கு கேன்டர்பரி (South Canterbury) பகுதியில் காலம் தப்பி அடித்த பனிப் புயலில் 810 வெவ்வேறு பறவை இனங்கள் இறந்ததாக ஆய்வுகள் கூறுகின்றன.

ஆக்கிரமிப்பு உயிரினங்களின் ஆதிக்கம்

பருவநிலை மாற்றம் என்பது பெரும்பாலான அயல் உயிரினங்களை ஆக்கிரமிப்பு உயிரினங்களாக மாற்றும் தன்மை உடையதாக உள்ளது எனப் பன்னாட்டு இயற்கைப் பாதுகாப்பு ஒன்றியம் (International Union for Conservation of Nature - IUCN) தெரிவிக்கிறது. இந்தியாவைப் பொறுத்தவரை, ஜார்க்கண்ட் மாநிலத்தில் ராஞ்சியில் அமைந்துள்ள வன உற்பத்தித்திறன் நிறுவனம் (Institute of Forest Productivity) ஆய்வு அறிக்கைகளின்படி

இமயமலை பகுதிகளில் தற்போது இருப்பதை விட 45 சதவீதம் அதிக அளவுக்கு உண்ணிச்செடி (Lantana Camara), அப்பக்கொடி/ கம்யூனிஸ்ட் பச்சை (Chromolaena odorata) பரவும் அபாயம் உள்ளதாக தெரிவிக்கிறார்கள்.

அதுபோலவே, அதிதீவிர மழையின் காரணமாக ஏற்படும் வெள்ளமானது மிகவும் ஆபத்து நிறைந்த ஆக்கிரமிப்பு இனமான ஆப்பிரிக்கக் கெளுத்தி மீன்களையும் (Clarias gariepinus), டேங்க் கிளீனர் (Hypostomus plecostomus) என்று அழைக்கப்படுகின்ற மீன் வகைகளையும், கேரளாவிலும் தமிழகத்திலும் உள்ள பல ஏரிகளிலும் குளங்களிலும் அறிமுகப்படுத்தியுள்ளது என, சென்னையில் உள்ள தேசிய பல்லுயிர் பரவல் ஆணையத்தின் ஆய்வு அறிக்கை சுட்டிக்காட்டுகிறது. இது தவிர கிட்டத்தட்ட 26 வகையான ஆக்கிரமிப்பு இனங்களின் ஆக்கிரமிப்புப் பகுதியானது 75% வரை அதிகரிக்கக்கூடும் என்று எச்சரிக்கின்றன. இந்த விதமான ஆக்கிரமிப்பு உயிரினங்களின் ஆதிக்கம் என்பது இந்தியாவின் பல்லுயிர் பன்மையையும், அதிலும் குறிப்பாக, மீன் வளத்தையும், விவசாய உற்பத்தியையும் பெருமளவில் பாதிக்கும் என்பதில் ஐயமில்லை.

காலநிலை மாற்றமும், கடல் பல்லுயிர் பன்மையும்!

காலநிலை மாற்றம் காரணத்தினால் கடலின் பௌதீக மற்றும் வேதியல் தன்மையில் பெரும் மாற்றங்கள் நிகழ்ந்து வருகின்றன. இது, பல கடல்வாழ் உயிரினங்களின் வாழ்வியலில் பெரும் பாதிப்பினை ஏற்படுத்துகின்றது. Phytoplankton என்று சொல்லப்படுகின்ற மிதவை நுண்ணுயிரிகள் கடலில் உள்ள உணவு வலை மற்றும் கரியமில வாயு, ஆக்ஸிஜன் மிக சுழற்சியிலும் மிக முக்கிய பங்கு வகிக்கின்றன. வெப்பநிலை மாறுபாடு காரணமாகப் பல இடங்களில் இந்த மிதவை உயிரிகள் பல பாதிப்புகளைச் சந்தித்து வருவதாக ஆராய்ச்சிக் குறிப்புகள் கூறுகின்றன.

வெப்ப உயர்வால் அதிகம் பாதிக்கப்படும் கடல் உயிரினங்களில் ஒன்றாக கடலின் மழைக்காடுகள் என்று அழைக்கப்படும் பவளப் பாறைகள்/பவளத்திட்டுகள் உள்ளன. புவி வெப்ப உயர்வால் பவளத்திட்டுகளில் நிறமாற்றம் ஏற்படுகிறது (Coral bleaching). அதாவது, பவளத்திட்டுகளைச் சுற்றி zooxanthellae என்கிற பாசிகள் வசிக்கின்றன. வெப்ப உயர்வால் பவளத்திட்டுகள் மற்றும் பாசிகளுக்குமிடையே நிகழும் இணை சார்புநிலைகளில் codependency மாற்றங்கள் ஏற்படுகின்றன. குறிப்பாக, பவளத்திட்டுகளின் மேற்பரப்புகளில் இருந்து பாசிகள் வெளியேற்றப்படுகின்றன. இது, பவளத்திட்டுகளின் அழிவுக்குக் காரணமாக உள்ளது. இப்போது இருக்கும் வெப்பநிலை 1.5 டிகிரி செல்சியஸ் உயருமேயானால் உலகம் முழுவதும் 70–90% பவளத் திட்டுகள் அழிந்துவிடும் என்கின்றன ஆய்வுகள்.

பவளத்திட்டுகள் சூழ்நிலை மண்டலத்தைச் சுற்றி மிகப்பெரிய மீன்வளம் உள்ளது. குறிப்பாக, உணவுக்காகவும் இருப்பிடத்துக்காகவும் பவளத்திட்டு சூழ்நிலை மண்டலங்களையே இவை நம்பியுள்ளன என்பதை நாம் நினைவில் கொள்ள வேண்டும்.

உதாரணமாக, இந்தியாவின் மத்தியக் கடல் மீன்வள ஆராய்ச்சி நிலையம் தென்மேற்குக் கடற்கரைப் பகுதியில் மேற்கொண்ட ஒரு சிறிய ஆய்வின்படி, பவளத்திட்டுகளைச் சுற்றி 70 வகையான மீன் இனங்கள் பதிவுசெய்யப்பட்டிருக்கின்றன. அவற்றில் குறிப்பாக, மிக அரிதான *Echinorhinus brucus* சுறாவும் ஒன்று.

காலநிலை மாற்றம் காரணமாக கடலில் வசிக்கக்கூடிய பல பாலூட்டி இனங்கள் மிகப்பெரும் சிக்கல்களைச் சந்தித்து வருகின்றன. குறிப்பாக, கடல்பசு இனம் மிகப்பெரிய உணவுத்தட்டுப் பாட்டினை நோக்கிச் சென்றுகொண்டிருக்கிறது.

வெப்ப மண்டலப் பகுதிகளில் வசிக்கும் மீன் இனங்கள் தற்போது மிதவெப்ப மண்டலங்களையும், துருவப் பகுதிகளையும் நோக்கி நகரத் தொடங்கி இருப்பதாக ஆய்வுகள் குறிப்பிடுகின்றன. குறிப்பாக, பண்ணா வகை மீன்கள் (*cod fishes*) வட துருவப் பகுதியை நோக்கி நகரத் தொடங்கியுள்ளன.

தெற்காசியப் பகுதிகளைப் பொறுத்தவரையில் பங்களாதேஷ், பாகிஸ்தான், மாலத்தீவு போன்ற நாடுகளில் காலநிலை தாக்கத்தின் காரணமாகக் கடல் மீன்வளம் பெருமளவில் குறையக்கூடும்

என்கிறது, ஐக்கிய நாடுகளின் உணவு மற்றும் வேளாண்மை அமைப்பு (FAO). மேலும், இந்தியப் பகுதிகளைப் பொறுத்தவரை போதுமான அளவு தரவுகள் இல்லை என்று குறிப்பிடுகிறது.

இந்தியக் கடலின் ஆழமில்லாத பகுதிகளில் காணப்படும் கானாங் கெளுத்தி (mackerel) மீன்கள், கடந்த 20 ஆண்டுகளில் மிகவும் ஆழமான பகுதிகளில் வசிக்கத் தொடங்கிவிட்டதாக ஆய்வுகள் குறிப்பிடுகின்றன. அவை, தற்போது 20 முதல் 80 மீட்டர் ஆழத்திலும் கிடைப்பதாக ஆய்வுகள் குறிப்பிடுகின்றன. கடல் மேற்பரப்பு அதிக வெப்பமடையும் காரணத்தினால் இவை ஆழமான பகுதிகளை நோக்கி பயணப்படுவதாகக் கூறுகிறார்கள்.

மனிதனால் ஏற்படுத்தப்பட்ட தற்போதைய காலநிலை மாற்றத்தின் பாதிப்புகள், அனைத்துச் சூழ்நிலை மண்டலங்களிலும் உள்ள பல்லுயிர் பன்மையை முன்பு எப்போதும் இல்லாத வகையிலும், வேகத்திலும் சிதைக்கத் தொடங்கியுள்ளன.

இயல் மரங்களை வளர்ப்போம்!

முன்பு எப்போதும் இல்லாத அளவுக்கு அச்சு, காட்சி மற்றும் சமூக ஊடகங்கள் இன்று அசுர வளர்ச்சி அடைந்திருக்கின்றன. இந்த மிகப்பெரிய வளர்ச்சியின் காரணமாக உலகின் ஒரு பகுதியில் நடக்கும் அரசியல், பொருளாதாரம், சூழலியல் சார்ந்த விடயங்கள், ஒரு சில நொடிகளிலேயே பூமியின் அடுத்தப் பகுதியில் வாழும் மக்களுக்குப் படிக்கவும், காணவும் கிடைக்கின்றன என்று சொன்னால் அது மிகையல்ல. இந்த அதிவேகம் சம அளவில் சாதக பாதகங்களைக் கொண்டுள்ளது. உதாரணமாக, முன்பு எப்போதும் இல்லாத அளவுக்குப் பருவநிலை மாற்றம், வனவளம் பாதுகாப்புப் பற்றிய விழிப்புணர்வு பரவலாக அனைத்து மக்களிடமும் இன்று காணப்படுகின்றது. அதேசமயம், அந்தப் புரிதல் அறிவியல்பூர்வமாக உள்ளதா என்பதுதான் மிக முக்கியம்.

மக்கள், காலநிலை மாற்றம் பற்றி அறிந்துகொள்வது கட்டாயம் வரவேற்கப்பட வேண்டிய ஒரு விடயம்தான். ஆனால், பல சமயம் மக்களின் எதிர்வினையானது வேறு மாதிரியான பிரச்னைகளுக்கு வழிவகை செய்கிறது. பருவநிலை மாற்றத்தின் முக்கிய நிகழ்வாக உள்ளது புவி வெப்பமடைதல். இதற்கு மூல காரணமாக இருக்கும் பசுங்குடில் வாயுக்கள் (கார்பன் டை ஆக்சைடு, மீதேன், நைட்ரஸ் ஆக்சைடு) மற்றும் குளோரின், புளோரின் வாயுக்கள் பற்றி மக்கள் அறிந்துள்ளனர். மேலும், காடுகள் அழிவது எப்படி புவி வெப்பம் அதிகரிக்க வழிவகுக்கும் என்பதைப் பற்றியும் அறிந்துள்ளனர். அதேசமயம், நம்முடைய ஊடகங்கள், 'புவி வெப்பம் அடைவதை தடுப்பதற்காக உள்ள ஒரே வழி, மரம் வளர்ப்பது மட்டுமே' என்று

பரப்புரை செய்கின்றன. அதிக அளவு மரங்களை வளர்த்தால் நாம் புவி வெப்பமடைவதைத் தடுக்கலாம் என்ற கருத்தினை மக்களின் ஆழ்மனது வரை பதிய வைத்திருக்கிறார்கள். இன்றும் நாம் பல ஊடகங்களில், மியாவாக்கிக் காடுகள், சமூகக் காடுகள் வளர்ப்பு பற்றிய செய்திகளை அதிக அளவு பார்க்கலாம். மரங்களை வளர்ப்பது புவி வெப்பம் அடைவதை தடுக்கும் என்பது உண்மையே என்ற பொழுதிலும், எந்த மாதிரியான மரங்களை எந்த எந்த இடங்களில் வளர்க்கலாம் என்ற அடிப்படை புரிதல் கட்டாயம் தேவை, குறிப்பாக அயல் மற்றும் இயல் தாவரங்கள் பற்றிய அறிவு என்பது மிக முக்கியமான ஒன்று.

அனைத்துக்கும் மேலாக இயற்கையானக் காடுகள் உற்பத்தி செய்யும் ஆக்சிஜன் மற்றும் அவை உட்கொள்ளும் கரிமல வாயுக்களின் அளவு என்பது ஒப்பீடு இல்லாத ஒன்று, இயற்கைக் காடுகள் கிட்டத்தட்ட ஒரு தொழிற்சாலைகள் போல் செயல்படுகின்றன. மேலும், அதன் சூழலியல் சேவைகள் மற்றும் செயல்பாடுகள் என்பது பல்நோக்குத் தன்மை உடையதாக உள்ளது. அதே சமயத்தில், நாம் செயற்கையாக உருவாக்கும் காடுகள், இயற்கைக் காடுகளுக்கு இணையான வகையில் பல நேரங்களில் செயல்பட முடியாது என்பதுதான் எதார்த்தம்.

காடுகளில் இன்றைய நிலைமை

உலகம் முழுவதும் ஒவ்வொரு வருடமும் 1500 கோடி மரங்கள் சராசரியாக வெட்டப்படுகின்றன. 1992 முதல் இந்நாள் வரை 42 கோடி ஹெக்டேர் காடுகள் அழிக்கப்பட்டு உள்ளன. 1990முதல் 2020ஆம் ஆண்டு வரையான காலகட்டத்தில், அதிக அளவில் காடுகளை அழித்த நாடுகளின் பட்டியலில் இந்தியா இரண்டாம் இடத்தைப் பிடித்துள்ளது. மேலும், 2015-2020 காலகட்டத்தில் இந்தியா 6,68,400 ஹெக்டேர் அளவுக்குக் காடுகளை அழித்துள்ளது என்கின்றது 'யுடிலிட்டி பிட்டர்' அமைப்பு.

தமிழகத்திலும் நாம் தொடர்ந்து காடுகளை இழந்து வருகின்றோம். தற்போதைய நிலவரப்படி நம்முடைய நிலப்பரப்பில்

22% மட்டுமே காடுகள் உள்ளன. வரும் காலங்களில் அதை 33% வனப்பரப்பாக மாற்ற வேண்டும் என்ற இலக்கை நோக்கி மாநில அரசு பயணிக்கிறது.

அயல் மற்றும் இயல் மரங்கள்

பல நேரங்களில் அரசுசார்பற்ற அமைப்பு/தொண்டு நிறுவனங்கள், கல்வி நிறுவனங்கள் மற்றும் அரசு அமைப்புகள் மரம் நடும் விழா. சமூகக் காடுகள் மற்றும் மியாவாக்கிக் காடுகள் வளர்ப்பு போன்ற திட்டங்களுக்கு எந்தவிதத் தொலைநோக்குப் பார்வையும் இன்றி கிடைக்கும் மரக்கன்றுகள் அனைத்தையும் நடவு செய்கின்றனர். அதுபோலவே, விவசாயிகள் தங்கள் நிலங்களில் பொருளாதாரத்தை மட்டுமே மையப்படுத்தி நடவுசெய்யும் மர இனங்கள் பெரும்பாலும் அயல் இனங்களே ஆகும் (யூக்கலிப்டஸ்/கற்பூரத்தைலமரம், சவுக்கு). ஆனால், இது ஒரு தவறான செயலாகும். மேலோட்டமாகப் பார்த்தால் 'மரம் நடுவது நல்லதுதானே' என்று தோன்றும். ஆனால், இதை சற்றே அறிவியல்பூர்வமாக, சுற்றுச்சூழல் மற்றும் பல்லுயிர் பாதுகாப்புக் கண்ணோட்டத்துடன் அணுகுவோமேயானால் அவற்றுக்குப் பின்னால் இருக்கும் மிகப்பெரிய ஆபத்துகளை நாம் அறியலாம். தெளிவாகக் கூற வேண்டும் என்றால் மரக்கன்றுகள் நடவு செய்வது என்பது இரு பக்கம் கூர்மையுள்ள கத்தி போன்றது.

பல நேரங்களில் அரசு சார்பற்ற தொண்டு நிறுவனங்கள், கல்வி நிறுவனங்கள் மற்றும் அரசு அமைப்புகள் மரக்கன்று நடும் விழாக்களில் அயல் தாவர இனங்களையே அதிகளவு பயிர்செய்து வருகின்றனர். இவ்வாறான அயல் மரங்களை நடவுசெய்யும்போது காலப்போக்கில் அவை மிகப்பெரிய தீங்கினை அந்தச் சூழ்நிலை மண்டலத்தில் உண்டு பண்ணும் என்பதைப் பலர் மறந்துவிடுகின்றார்கள். உதாரணமாக, 1934 காலகட்டத்தில் ராஜஸ்தான் மாநிலத்தில் அறிமுகப்படுத்தப்பட்ட சீமைக்கருவேலம், அதன் தொடர்ச்சியாக, 1960களில் சிவகங்கை மற்றும் ஒரு சில வறண்ட தமிழகப் பகுதிகளில் அறிமுகப்படுத்தப்பட்டது. ஆனால், இன்று தமிழகம் மற்றும் இந்தியா முழுவதும் ஒரு சில மாநிலங்களைத் தவிர அனைத்து

மாநிலங்களிலும் மிகப்பெரிய சூழ்நிலை மண்டல பாதிப்பினையும், பல்லுயிர் பெருக்கத்துக்கு சவாலாகவும் சீமை கருவேலம் மாறியுள்ளது என்பது நாம் அனைவரும் அறிந்ததே. அதுபோலவே, தமிழகத்தில் பல ஆயிரம் ஹெக்டேர் பரப்பளவில் பயிரிடப்பட்டிருக்கும் யூக்கலிப்டஸ் மரங்கள் பெரும் சூழலியல் மற்றும் இயல் பல்லுயிர் பன்மையின் அடர்த்தியில் பாதிப்புகளை ஏற்படுத்தி வருகிறது என்பது நம்மில் பலர் அறியாத ஒன்று. சமீபத்தில் (மே, 2024) புதுக்கோட்டை மாவட்டத்தில் வனத்தோட்டக் கழகத்தின் கண்காணிப்பில் 50 ஆயிரம் ஏக்கர் பரப்பளவில செழித்து வளர்ந்துள்ள யூக்கலிப்டஸ் மரங்களை அகற்றுவது தொடர்பாக சூழலியல் ஆய்வாளர்களும் விவசாயிகளும் தொடர் போராட்டத்தினை கையில் எடுத்துள்ளது இங்கே குறிப்பிடத்தக்கது. தமிழகத்தில் பரவி இருக்கும் யூக்கலிப்டஸ் மரங்களை அகற்றுவது பற்றிய அரசின் வரைவு அறிக்கையை 2019ஆம் ஆண்டு சென்னை உயர்நீதிமன்றம் கோரியதை இங்கே நாம் நினைவில் கொள்ள வேண்டும்.

மேலும், தமிழகத்தில் பல இடங்களில் அலங்கார மரமாக வளர்க்கப்பட்டு வரும் கோனோகார்பஸ் எரெக்டஸ் (*Conocarpus erectus*) தற்போது அண்டை மாநிலங்களில் தடை செய்யப்பட்டுள்ளது என்பதை நாம் கருத்தில் கொள்ள வேண்டும். அதிலும் குறிப்பாக, தெலுங்கானா மாநிலத்தில் உள்ள அனைத்து நாற்றுப் பண்ணைகளிலும் இந்தக் கன்றுகளை விற்பனை செய்யக் கூடாது என்று தடை விதித்துள்ளது. இன்று தமிழகத்தில் உள்ள பல தனியார் நாற்றுப் பண்ணைகள் பல அயல் தேசத்து அழகு தாவரங்களை எந்த விதக் கட்டுப்பாடுமின்றி விற்பனை செய்வதை நாம் இங்கே நினைத்துப் பார்க்க வேண்டும். சமீபத்திய பல ஆய்வுகள் நாற்றுப் பண்ணைகள் மற்றும் அழகு மீன் விற்பனை நிலையங்கள்தான் அயல் இனம் அதிகம் பரவ காரணமாக உள்ளது என்று குறிப்பிடுகின்றன.

பல நேரங்களில் தாவரவியல் படித்தவர்களுக்குக்கூட அயல் மற்றும் இயல் தாவரங்களைப் பற்றின அடிப்படை புரிதல் இல்லாமல் இருப்பது வருந்தவேண்டிய ஒரு விஷயம். பெரும்பாலும் அயல் தாவரங்கள் என்று நம்மவர்கள் நினைப்பது அன்னிய தேசத்தின் மரங்களை மட்டுமே! அயல் தாவரம் என்பது political boundary என்று

தென் தமிழகத்தின் கடலோர மாவட்டங்களில் பரவலாக வளர்க்கப்பட்டிருக்கும் கோனோகார்பஸ் எரெக்டஸ் (*Conocarpus erectus*) மரங்கள்.

சொல்லப்படுகின்ற அரசியல் எல்லைகளை வைத்துத் தீர்மானிக்கக் கூடாது. அதற்கு மாறாக உயிர் புவியியல் பகுதி(biogeographic region) யைக் கொண்டு முடிவுசெய்ய வேண்டும். அதாவது, அந்தத் தாவரம் பயிரிடப்படும் பகுதியில் இதற்கு முன்பே இயற்கையாக அந்தத் தாவரம் இருந்துதிருக்கிறதா என்று தரவுகளைச் சரிபார்த்துப் பயிரிட வேண்டும். உதாரணமாக, இன்று தமிழகத்தின் பல பகுதிகளில் அதிக அளவு விவசாயிகளால் பெரிதும் விரும்பி பயிரிடப்படும் ஒரு தாவரமாக செஞ்சந்தனம்/ செம்மரம் உள்ளது. இந்தச் செம்மரம் (*Pterocarpus santalinus*) இந்தியாவில் மட்டுமே இயற்கையாக வளரும் ஒரு மர இனமாகும். குறிப்பாக, ஆந்திரப்பிரதேசத்தில் உள்ள கிழக்குத் தொடர்ச்சி மலைகளின் தெற்குப் பகுதியில் பரவலாகக்

காணப்படும். ஆனால், இந்தியாவின் மற்ற மாநிலங்களைப் பொறுத்தமட்டில் செஞ்சந்தனம் ஒரு அயல் இன மரமே என்ற புரிதல் கட்டாயம் இருக்க வேண்டும். இன்னும் அறிவியல்பூர்வமாக சொல்ல வேண்டும் எனில், ஆந்திரப்பிரதேசத்தின் கடப்பா, சித்தூர், கர்னூல் மற்றும் நெல்லூர் மாவட்டங்களைத் தவிர மற்ற ஆந்திர மாவட்டங்களுக்கும் இது அயல் இன மரமே! இந்த அடிப்படை புரிதல் இருந்தால் மட்டுமே நாம் நல்ல வகையில் மரங்களை வளர்க்க முடியும். எனவே, சூழ்நிலை மற்றும் பல்லுயிர் பாதுகாப்புப் பற்றிய தொலைநோக்குப் பார்வையுடன் நாம் எந்தெந்த மரங்களை, எங்கு வளர்க்க வேண்டும் என்ற புரிதலுடன் வளர்க்க வேண்டும்.

இந்திய இயல் மரங்களால் சேதமடைந்த சூழ்நிலை மண்டலங்கள்

கர்நாடக மாநிலத்தில் உள்ள ஜெயமங்கலை, வெளிமான் காப்பகம் மற்றும் ராணிபென்னூர் சரணாலயத்தில் உள்ள இயற்கையான புல்வெளி படர்ந்து இருந்த பகுதிகளில், தன்னார்வ அமைப்புகள் நமது தேசத்தின் தாவரங்களான புளி, கருவேலம், ஆச்சா போன்ற மர இனங்களை அதிகம் நடவு செய்தனர். அதன் விளைவாக, அந்தப் புல்வெளியை மட்டுமே சார்ந்து இருக்கக்கூடிய மிக முக்கியமான அருகிவரும் விலங்கினங்களான இந்தியாவின் கானமயில் (Great Indian Bustard), வரகுக்கோழி (lesser florican), வங்கத்து நரி, பழுப்பு ஓநாய்கள் மற்றும் வெளிமான் (blackbuck), அத்துடன் பல அரிய வகை பட்டாம்பூச்சிகளும் அந்தப் பகுதியில் இருந்து அழிந்துவிட்டன என்கிறது அந்த மாநிலம் சார்ந்த ஆராய்ச்சிக் குறிப்புகள். ஒவ்வொரு சூழ்நிலை மண்டலத்துக்கே உரித்தான ஒரு சில உயிரினங்கள் உள்ளன. அந்தப் பகுதியினைச் சரியான உயிர் அறிவியல் புரிதல் இல்லாமல் மாற்றி அமைத்தால் அங்கே இருக்கும் இயற்கையான பல்லுயிர் மண்டலம் சிதைவடையும். இதை நாம் நம்மை அறியாமலேயே தூண்டிவிடுகிறோம் என்பது கசப்பான உண்மையாகும்.

வனம் அல்லாத பகுதிகளில் அயல் மரங்கள் வளர்ப்பு

'அயல் மரங்களை வனம் சார்ந்த பகுதிகளில் நடவு செய்வதால் தானே பிரச்னை வருகிறது, நகர்ப்புறங்களிலும் கிராமப்புறங்களிலும் இது போன்ற அயல் மரங்களைப் பயிரிடுவதினால் எந்த விதமான

தீங்கும் நேராது' என்ற ஒரு கருத்து பரவலாக நம்மிடையே உள்ளது. ஆனால், இது அறிவியல்பூர்வமானது அல்ல. ஆஸ்திரேலியா மற்றும் தென்னாப்பிரிக்காவில் நடந்த அந்நிய தாவரங்கள் பரவும் முறை பற்றி ஓர் ஆராய்ச்சிக் குறிப்பு மிகவும் தெளிவாக ஓர் உண்மையை விளக்கியுள்ளது. இந்த நாடுகளில் உண்ணிச்செடிகள் *(lantana camara)* முதலில் நகரங்களிலேயே பரவலாக அழகுக்காக வளர்க்கப்பட்டது. அதன் தொடர்ச்சியாக அவை, மெல்ல நகரங்களில் இருந்து அடுத்தடுத்தப் பகுதிகளுக்குப் பரவி, கடைசியில் பாதுகாக்கப்பட்ட மண்டலங்கள் வரை பரவிவிட்டது என்பதைப் பதிவுசெய்துள்ளனர். இது போன்ற நிகழ்வு இந்தியாவிலும் நிகழ்ந்துள்ளது. கொல்கத்தாவில் உள்ள தேசிய தாவரவியல் பூங்காவில் 18 ஆம் நூற்றாண்டில் அழகுக்காக ஆகாயத்தாமரை அறிமுகப்படுத்தப்பட்டது. ஆனால், தற்போது இந்தியாவில் இது இல்லாத நீர் நீர்நிலைகளே இல்லை என்று ஆகிவிட்டது. ஆக, எந்த ஒரு பகுதியிலும்/ சிறிய இடத்தில் அறிமுகப்படுத்தப்படும் அயல் இனமானது காலப்போக்கில் மிகப்பெரிய பகுதிகளை ஆக்கிரமிக்கும் வல்லமை உடையது என்பதை நாம் அறிய வேண்டும்.

செய்ய வேண்டியவை

மரங்கள் வளர்ப்பது புவி வெப்பமடையாமல் தடுக்கும் ஒரு மிகப்பெரிய செயல் என்பது மறுக்க இயலாது. அதே சமயம், மரம் நடும் நண்பர்கள் தாவரங்களின் சில முக்கியமான அடிப்படை தன்மைகளை, அதாவது அதன் தோற்றம், பரவி காணப்படும் இடங்கள், பரவும் முறை மேலும் அதன் இயல் மற்றும் அயல் தன்மை பற்றி நன்கு அறிந்துகொள்வது வேண்டும். மரங்களை நடவு செய்யும் முன்பு துறை வல்லுனர்களின் ஆலோசனைகளை அவசியம் பெற வேண்டும், குறிப்பாக அயல் இன ஆராய்சியாளர்கள் கருத்துகளைக் கவனத்தில் கொள்ள வேண்டும். தமிழகத்தைப் பொருத்தமட்டில் இத்துறை சார்ந்த வல்லுர்களை அடையாளம் கண்டு, மாவட்ட வாரியாக ஆலோசகர்களாக நியமிப்பது அரசின் கட்டாயக் கடமை ஆகும். இது போன்றத் திட்டங்களை கேரள அரசு தொடர்ந்து நடைமுறைப் படுத்துவதை வழக்கமாகக் கொண்டுள்ளது என்பது இங்கே குறிப்பிடத்தக்கது.

எளிதாக இயல் தாவரங்களைப் பற்றி அறிய

நம்முடைய முன்னோர்கள் விட்டுச் சென்றுள்ள பல்வேறு காலகட்டங்களைச் சேர்ந்த கல்வெட்டுகளும், செப்பேடுகளும், சங்க இலக்கியங்களும் மற்றம் கோயில்கள் மூலமாகவும் தமிழகத்தின் பல இயல் தாவரங்களைப் பற்றி நாம் எளிதில் அறிந்துகொள்ள முடியும். என்று 'தமிழரும் தாவரமும்' என்ற நூலின் ஆசிரியர் முனைவர் கு.வி.கிருஷ்ணமூர்த்தி பதிவுசெய்துள்ளார். மேலும், அவர் அந்த நூலில், 'மிகப் பழமையான இலக்கிய நூலான தொல்காப்பியத்தில் ஏறத்தாழ 53 தாவரங்களைப் பற்றிய குறிப்புகள் இருக்கின்றன' என்றும் பதிவுசெய்துள்ளார்.

பலதரப்பட்ட ஆராய்ச்சிகளுக்குப் பிறகு தொல்காப்பியத் தாவரங்களின் தற்காலப் பெயர்கள் பல கண்டுணறப்பட்டு இருக்கின்றன. அவற்றுள் மா, பனை, புளி, வேம்பு, ஆல், வாகை, மருதம், போன்றவை குறிப்பிடத்தக்கவை. இதுபோலவே, சங்க இலக்கியங்களில் ஏறத்தாழ 200 இயல் தாவரங்களின் பெயர்கள் உள்ளன. சங்கம் மருவிய காலத்தில் (அதாவது கி.பி.150-600 காலகட்டத்தில்) கிட்டத்தட்ட 185 வகையான தாவரங்கள் பற்றிய குறிப்புகள் உள்ளன. மேலும், கி.பி.600க்குப் பிறகு உள்ள பக்தி இலக்கியங்களில் 140 இயல் தாவரங்களைப் பற்றிய குறிப்புகள் உள்ளன. மேற்குறிப்பிட்ட தாவரங்களின் பெயர்களை 'தமிழரும் தாவரமும்' நூலில் கு.வி.கிருஷ்ணமூர்த்தி பட்டியலிட்டுள்ளார். மேலும், 'தேவாரம் பாடிய அப்பர், சுந்தரர், மாணிக்கவாசகர் போன்றவர்களால் போற்றப்பட்டு, பாடல் பெற்ற 227 தமிழக திருக்கோயில்களில் 80 கோயில்களுக்கு இன்றளவும் தல மரங்கள் உள்ளன. இந்தத் தல மரங்களில் பெரும் செடிகளும், சிறு செடிகளும், கொடிகளும் அடங்கும். இதில் சிவன் கோயிலில் மட்டும் 74, திருமால் கோயிலில் 18, இரண்டு கோயில்களிலும் சேர்த்து 12 தல மரங்களும் உள்ளன' என்று குறிப்பிட்டுள்ளார்.

அனைத்துக்கும் சிகரம் வைத்ததுபோல், தமிழர்கள் நிலங்களை மிகவும் ஆழ்ந்து ஆராய்ந்து, அதன் தன்மைக்கு ஏற்ப தெளிவாக ஐந்து வகைத் திணைகளாகப் பிரித்து வைத்துள்ளனர் (குறிஞ்சி, முல்லை,

மருதம், நெய்தல், பாலை). இந்த ஐந்து திணைகளிலும் காணப்படும் மரங்களைப் பற்றியும், உயிரினங்களைப் பற்றியும் பல இலக்கியக் குறிப்புகள் நம்மிடையே உண்டு. அவற்றினை ஆழ்ந்து வாசிக்கும் பட்சத்தில் நம்முடைய நிலம் அதாவது நாம் இருக்கும் பகுதி எந்தத் திணையில் வருகிறது, அந்தத் திணைக்கான உயிரினங்கள் எவை, அந்தத் திணைக்கான மரங்கள் எவை என்பதை நாம் கண்டுகொண்டு அந்த மரங்களைப் பயிரிடலாம். இதைத்தான் தற்போதைய உயிரியல் மற்றும் சூழலியல் ஆராய்ச்சியாளர்கள் 'நிலத்தோற்ற வாழ்சூழலியல்' (Landscape ecology) என்று அழைக்கின்றனர்.

மேலும், மரத்தின் பலகைப் பலனை மட்டுமே மதிப்பாகப் பார்க்காமல் நிலத்தோற்ற வாழ்சூழலியலுக்கு ஏற்ப அவை கொடுக்கும் கனிகள், வெளியிடும் ஆக்சிஜன் அளவு அடிப்படையில்கூட நாம் இயல் மரங்களை நடலாம். உதாரணமாக, சமீபத்திய ஆய்வுகளின் அடிப்படையில் நம் நாட்டு மரங்களான வேம்பு, தென்னை, பனை, இலுப்பை மரங்கள் அதிக அளவு ஆக்ஸிஜனை உற்பத்தி செய்வதைக் கண்டுணந்துள்ளனர்,

'கெட்ட நண்பர்களுடன் இருப்பதைவிட தனித்து இருப்பதே மேல்' என்பதுபோல் அயல் இன தாவரங்களைப் பயிரிடுவதை முற்றிலும் தவிர்த்தல் என்பது மாந்தருக்கும், பல்லுயிரிகளுக்கும் அனைத்து வகையிலும் நலம் பயக்கும்.

★ ★ ★

பால்வீதி மண்டலமும் அதில் ஒரு சிறிய பகுதியான சூரியக்குடும்பம் இருக்கும் பகுதி
(Photo credit: NASA/JPL-Caltech; NASA/JPL-Caltech/T. Pyle)
(Page- 15)

நாசாவின் மார்ஸ் ஒடிஸி விண்கலம்
பூமியை 30 லட்சம் மைல்களுக்கு அப்பாலிருந்து எடுத்த புகைப்படம்.
(Photo credit: NASA/JPL/Arizona State University) (Page- 15)

மேற்குத் தொடர்ச்சி மலைகளின் வனவளங்களை அழித்து உருவாக்கப்பட்டுள்ள தேயிலைத் தோட்டங்கள். (Page - 25)

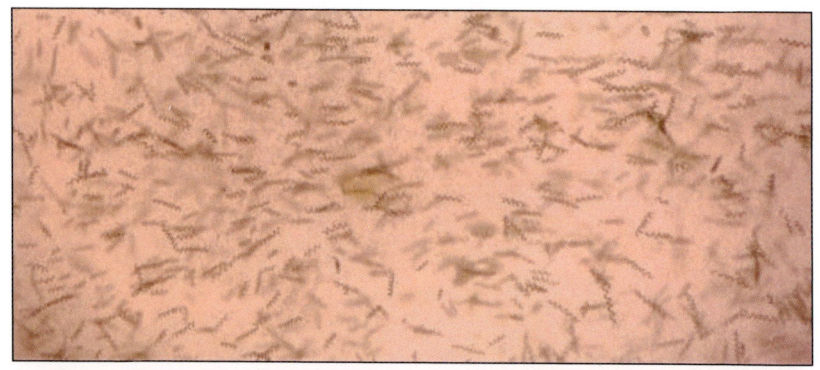

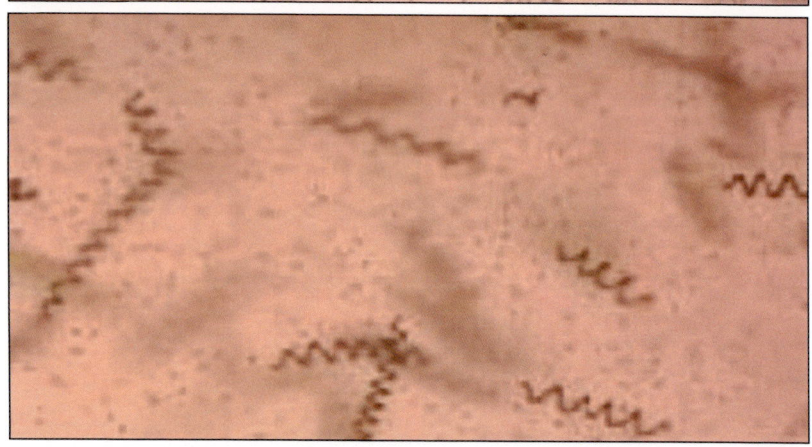

நுண்ணோக்கி வழியாக உருப்பெருக்கம் செய்யப்பட்ட சயனோபாக்டீரியா (சுருள்பாசி)

Photo credits: Prof Dr. Anantharaman, CAS in Marine Biology, Annamalai University, Parangipettai. (Page- 30)

அமேசான் காடுகளில் அழித்தொழிக்கப்படும் மரங்கள் (Page - 41)

திமிங்கல சுறா
(Photo credit; Maldives Whale Shark Research Programme, Maldives) (Page - 43)

பசிபிக் சால்மன் (Photo courtesy; USEPA Environmental-Protection-Agency)
(Page - 44)

பச்சைத் தவளை (Page - 50)

இந்திய காளைத் தவளை

(Photo credit: முனைவர் ஜெய்சங்கர், உதவிப் பேராசிரியர், ஸ்காட் கிறிஸ்தவ கல்லூரி, நாகர்கோவில்; எஸ்.ஆர். கணேஷ், ஆராய்ச்சி இயக்குனர், கலிங்கா ஆராய்ச்சி அறக்கட்டளை, ஆகும்பே) Page - 50

பழுப்பு வவ்வால் (Page - 56)

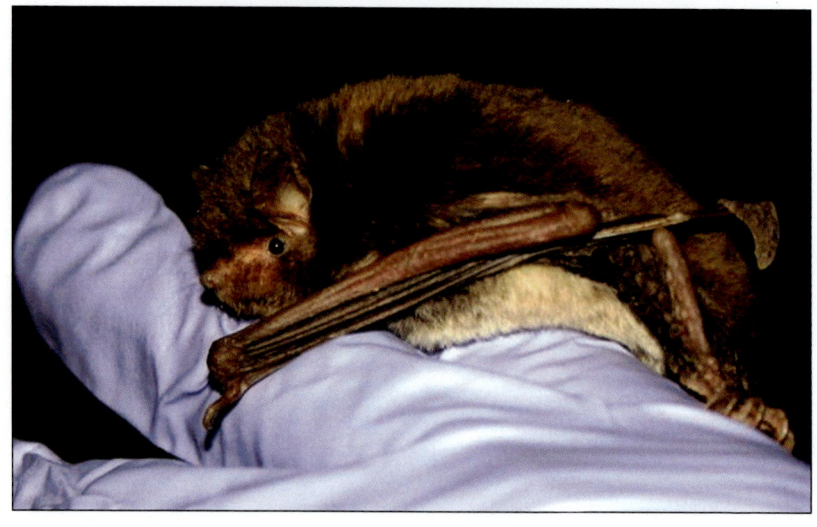

Southeastern myotis

(Photo credit: U.S. Fish and Wildlife Service Headquarters & Larisa Bishop-Boros) (Page - 56).

வேட்டையாடப்பட்டத் திமிங்கிலங்களின் ரத்தம் காரணமாக நிறம் மாறிய கடல்! 2018ஆம் ஆண்டு, ஸ்காட்லாந்துக்கு வடக்கே 200 மைல் தொலைவில் உள்ள பரோயே தீவுகள் (Faroe Islands).

Photo credits: Judith Vonberg and Lauren Kent, CNN. (Page - 59)

சிகப்பு மூக்கு க்யூலியா
Red-billed quelea
(Photo credits: Rogerio)
Page - 65

செமிசை சின்னான்
Photo Credits:
முனைவர் பூபேஷ் குப்தா, யுனிவர்சல் ஈகோ பவுண்டேஷன்
Page - 79

உணவுக்காக வேட்டையாடப்பட்ட உண்ணிக் கொக்குகள். Page - 83

CFL ஒளிக்குக் கீழ் வளரும் நெற்பயிர்கள் இன்னும் கதிர்கள் வராமல்/முதிர்ச்சி அடையாமல் உள்ளன.
(Photo credit; ப.சோனை ராஜ், துணை முதல்வர், நிஸா மெட்ரிகுலேஷன் உயர்நிலைப்பள்ளி, தேரமுந்தூர்).
Page - 100

மின் விளக்கு ஒளியால் ஈர்க்கப்பட்டு இறந்து கிடக்கும் மலைத் தேனீக்கள்
(Photo credit: கோவிந்தராஜ்). Page - 100

நீர் நிலைகளை ஆக்கிரமித்திருக்கும் ஆகாய தாமரைகள் (Page - 107)

உண்ணிச் செடி (Page - 107)

படைப்புழுக்களால் பாதிக்கப்பட்ட சோளம் (Page - 123)

உத்தரகாண்ட் மாநிலத்தில் 2013 ஆம்
ஆண்டு ஏற்பட்ட வெள்ளத்தின் சீற்றம் (Page - 142)

உத்தரகாண்ட் மாநிலத்தில் 2013 ஆம் ஆண்டு ஏற்பட்ட வெள்ளத்தின் சீற்றம் (Page - 142)

தெங்குமரஹாடாவில் தப்பி பிழைத்த உழவரான் பறவை புகைப்பட உதவி முனைவர் ராமகிருஷ்ணன் உதகமண்டலம் அரசு கல்லூரி (Page - 152)

ச.சாண்டில்யன்

மயிலாடுதுறை மாவட்டம், சீர்காழி தாலுக்கா, மாதிரவேளூர் கிராமத்தில் சம்பந்தம் பிள்ளை - சுசிலா இவர்களின் மகனார்.

மயிலாடுதுறை, மன்னம்பந்தல் A.V.C. கல்லூரியில் விலங்கியல் துறையில் இளநிலை பட்டமும், பழக்கப்படா வன உயிரியல் (Wildlife Biology) பிரிவில் முதுகலை மற்றும் முனைவர் பட்டம் பெற்று, அதே கல்லூரியில் 10 ஆண்டுகளாக உதவிப் பேராசிரியராகப் பணியாற்றியவர். சென்னையில் உள்ள தேசிய பல்லுயிர்ப்பரவல் ஆணையத்தில் (National Biodiversity Authority) இந்திய மற்றும் நார்வே அரசாங்கத்தின் கூட்டு ஆய்வு முயற்சியில் ஆக்கிரமிப்பு இனங்கள் பற்றிய ஆராய்ச்சியாளராக நான்கு ஆண்டுகள் பணியாற்றியவர்.

70க்கும் மேற்பட்ட ஆராய்ச்சி மற்றும் விழிப்புணர்வுக் கட்டுரைகளை ஆங்கிலத்தில் எழுதியுள்ளார். இதுவரை இவருடைய கட்டுரைகள் 756 முறை கண்டங்களைத் தாண்டி பல ஆராய்ச்சியாளர்களால் மேற்கோள் காட்டப்பட்டுள்ளன. தற்போது, தமிழில் சூழலியல் மற்றும் பல்லுயிர் காப்பாற்றப்பட வேண்டியதன் முக்கியத்துவத்தை, எளிய முறையில் பள்ளி, கல்லூரி மாணவர்கள் மற்றும் பொதுமக்களிடையே தொடர்ந்து தன்னுடைய பேச்சாலும், எழுத்தாலும் கடத்தி வருகிறார்.